स्वभावाला औषध आहे

स्वभावाला औषध आहे

डॉ. रमा मराठे

मधुश्री पब्लिकेशन

मधुश्री पब्लिकेशन

प्रकाशक : शरद रामकृष्ण अष्टेकर

कार्यालय पत्ता

७०३, भगवंत कृपा बिल्डिंग, पहिला मजला,

दै. सकाळ कार्यालयासमोर, बुधवार पेठ, पुणे ४११००२

फोन : ८०८७२८८८७२

madhushreepublication@gmail.com
www.madhushreepublication.com

स्वभावाला औषध आहे

लेखिका : डॉ. रमा मराठे

अकरावी आवृत्ती

मधुश्री पब्लिकेशन पहिली आवृत्ती : जुलै २०२५

मांडणी व सजावट : प्रतीक महादेव कालेकर

मुद्रक : दीपक मल्टी ऑफसेट, गुलटेकडी, पुणे

ISBN : 978-81-989032-1-1

किंमत : रु. २५०/-

चित्तरंजनला...
वात्सल्यपूर्वक!

अनुक्रम

प्रास्ताविक

डॉ. एडवर्ड बॅच M.B.B.S., M.R.C.S., LRCP, DPH (केंब्रिज विद्यापीठ) यांनी ही औषधयोजना शोधून काढली व विकसित केली. ही औषधं निरनिराळी झाडंझुडपं, वृक्ष यांच्या फुलांपासूनच तयार केली जातात व 'बॅच फ्लॉवर रेमेडीज' म्हणून ओळखली जातात. आपण मराठीभाषेत या औषधींना 'डॉ. बॅच यांच्या पुष्पौषधी' असं म्हणू. या एकंदर ३९ औषधांपैकी एक मिश्र औषध (५ औषधांचं मिश्रण) 'रेस्क्यू रेमेडी' (Rescue Remedy) हे होय. आणि क्रमांक २७ चे 'रॉक वॉटर' (Rock Water) हे औषध मात्र पाषाणजलापासून निर्माण केलेलं आहे. रॉक वॉटर म्हणजे 'पाषाणजल!' कठीण पाषाणात उगम झालेलं पाणी. उर्वरित ३७ औषधं मात्र फुलांपासून निर्माण केली आहेत.

या औषधांचं वैशिष्ट्य म्हणजे, ती रुग्णाच्या मानसिक स्थितीच्या अनुषंगानंच दिली जातात. मग रुग्णाच्या तक्रारी मानसिक असोत वा शारीरिक, कारण माणसाचं शरीर रोगानुकूल होण्याआधी त्याचं मन प्रथम रोगाला बळी पडतं, असं डॉ. बॅच मानतात.

सध्याच्या स्पर्धेच्या जमान्यात अनेक जणांना चिंता, काळजीनं ग्रासलेले दिसते, यांमुळे मानसिक व्यथा व रोग तर उत्पन्न होतातच; पण ज्यांना 'सायकोसोमॅटिक डिसीजेस (Psycho Somatic Diseases)' म्हणून संबोधलं जातं असे शारीरिक रोगही यातून उद्भवतात. मानसिक स्थितीचा शरीरावर परिणाम होऊन उद्भवणारे असे रोग कोणकोणते याची उदाहरणं तुम्हाला सांगितली, तर आश्चर्य वाटेल. उदा., दमा, पेप्टिक अल्सर, मधुमेह, हृद्रोग, अतिसार, मलावरोध, अल्सरेटिव्ह कोलायटिस, अतिरक्तदाब, संधिवात, अनेक प्रकारचे त्वचारोग, मासिक पाळीसंबंधी तक्रारी

(अतिरक्तस्राव, पोटात दुखणं इत्यादी.) मानसिक तणावामुळे हे आजार वाढतात आणि मानसिक स्थिती सुधारल्यास हे आजार बरे होण्यास आत्यंतिक मदत होते. अर्थात, हे आजार होण्यास मनःस्थितीच संपूर्णपणे कारणीभूत असते, असे नव्हे. त्या अवयवांची प्रवृत्ती (उदा., 'पेप्टिक अल्सर' या आजारात जठर) व रोगानुकूलता यांच्या सुपीक जमिनीतच रोगाचं पीक फोफावतं.

विकृत मनःस्थिती, मानसिक रोग व तद्नुषंगानं होणारे शारीरिक रोग यांवर विशेषतः डॉ. बॅच यांनी शोधून काढलेल्या या औषधांचा उपयोग होतो. केवळ शारीरिक तक्रारींसाठीही ही औषधं उपयोगात आणली जातात, परंतु त्यांची योजना मात्र त्या वेळच्या विशिष्ट मानसिक लक्षणांवरूनच करण्यात येते.

या औषधांमुळे मानसोपचारांच्या क्षेत्रात दुष्परिणाम नसलेल्या औषधांचं नवीन दालन उघडलं गेलं आहे. मनःस्थिती, स्वभाव, मनाच्या जखमा आणि वेदना, त्यांचे शरीरावर होणारे परिणाम... ही मनोव्यापारांची गणितं सोडवणं, या औषधींमुळं सोपं झालं आहे.

या औषधांची योजना कशा प्रकारे केली जाते. याबाबत अनेक उदाहरणं पुस्तकात दिली आहेतच. एका वेळी एक किंवा अधिक औषधं लक्षणांनुसार दिली जातात. औषधयोजनेसाठी मानसिक लक्षणवैशिष्ट्यांचा सखोल अभ्यास व अनुभव अत्यावश्यक आहे.

रुग्णेतिहास व सध्याची मानसिक लक्षणं नेमकेपणानं जाणणं, हे सर्वाधिक महत्त्वाचं. ही एक कलाच म्हणा ना! तरीही यासाठी या औषधयोजनेच्या अनुषंगानं प्रश्नावली तयार केली. ती अभ्यासकांना उपयुक्त ठरावी.

या पुस्तकात एकंदर ४० प्रकरणं आहेत व अधिक माहितीसाठी परिशिष्टं. एका प्रकरणात एका औषधीविषयी चर्चा केली आहे.

प्रत्येक प्रकरणात त्या औषधीची जरूर असणाऱ्या व्यक्तीची स्वभाववैशिष्ट्यं सोदाहरण स्पष्ट केली आहेत. शिवाय, याविरुद्ध मनःस्थिती म्हणजेच त्या विशिष्ट औषधाची जरूर नसणाऱ्या व्यक्ती त्याच परिस्थितीत कशा वागतील, हे सांगितल्यामुळे ते ते औषध समजून घेणं सोपं जातं. तसंच त्या औषधीचा प्रामुख्यानं कसा वापर करण्यात आला, ती उदाहरणंही दिली आहेत; यामुळं व्यावहारिक पातळीवर उपयुक्तता व योजना लक्षात येणं सोपं जातं. प्रकरणांच्या शीर्षकातूनही त्या औषधाच्या लक्षणवैशिष्ट्यांचा बोध व्हावा, अशा प्रकारेच ती निवडली आहेत.

माझ्या मते, सर्वसामान्य वाचक व विद्यार्थी या सर्वांनी ही औषधं वापरताना ती 'न्यूरॉसिस' या प्रकारच्या मनोविकारांबाबत वापरावीत. 'सायकोसिस' प्रकारच्या मनोविकारांबाबत ती वापरावयाची झाल्यास, त्यासाठी अत्यंत सखोल अभ्यास आवश्यक आहे, हे लक्षात घ्यावं. तसंच इतर मनोविकारतज्ज्ञांचं साहाय्यही घ्यावं. नपेक्षा ती सायकोसिससाठी संपूर्ण उपचार म्हणून वापरूच नयेत.

'सायकोसिस' व 'न्यूरॉसिस' यातील फरक परिशिष्टात दिला आहे, तो जरूर अभ्यासावा.

ही औषधं कशी घ्यावीत, त्यांची मात्रा, उपलब्धता याबाबतही आवश्यक ती माहिती एका परिशिष्टात दिली आहे. वाचकांना अत्यावश्यक अशा काही सूचनाही दिल्या आहेत. या सूचनांमुळे संभाव्य धोके टळतील.

मी स्वतः या औषधांबरोबरच कौन्सिलिंग, तत्त्वचिंतन, रॅशनल इमोटिव्ह बिहेव्हिअरल थेरपी व इतर विविध मानसोपचार पद्धती, मानसिक व्यायाम-मेडिटेशन, आहारयोजना इत्यादींचीही योजना रुग्णांसाठी करते, त्यामुळे रुग्णांना लवकर फायदा होत असावा. 'विश्व इन्स्टिट्यूट ऑफ पॉझिटिव्ह सायकॉलॉजी'तर्फे हे सर्व केले जाते.

मानसोपचारांच्या क्षेत्रात आपल्या हातूनही काही चांगलं घडावं, एवढ्याचसाठी हा प्रयत्न...

■■■

साऱ्याला जबाबदार मनच!

असाच एकदा एक प्रवासी थकला, भागला आणि सावलीसाठी एका झाडाखाली बसला. योगायोग पाहा- ते झाड सामान्य नव्हतं. तो होता एक कल्पवृक्ष! मागाल ते देणारा! या माणसाच्या मनात आलं, थंडगार पाणी मिळालं असतं तर... समोर पाणी हजर. पाण्याबरोबर गूळही मिळाला असता तर बरं झालं असतं (गोष्ट जुनी आहे म्हणून! सध्याच्या 'आमिर खान'नं 'ठंडा मतलब कोका कोला' मागितलं असतं. तर तेही मिळालं असतं.) गूळ आला! मग जेवण, त्यानंतर ताणून देण्यासाठी अंथरूण... या माणसाच्या हळूहळू लक्षात आलं, की हा कल्पवृक्ष असावा. आता तर त्यानं मागण्यांचा सपाटाच लावला. धनसंपत्ती, रूपवान तरुणीशी विवाह, राहायला सुंदर घर. सारं काही मिळालं. एक दिवस तो असाच या कल्पवृक्षाखाली बायकोबरोबर गप्पा मारत बसला होता आणि त्याला वाघाच्या डरकाळीचा आवाज ऐकू आला. त्याच्या मनात विचार आला, या जंगलात जवळपास वाघ तर नाही ना? हा वाघ इथं आला तर आणि त्यानं आम्हाला खाऊन टाकलं तर... आणि कल्पवृक्षानं ही गोष्टही अस्तित्वात आणली, खरोखरच वाघानं त्या दोघांना खाऊन टाकलं.

माणसाचं 'मन' हा त्याच्यासाठी खरा कल्पवृक्षच! सारं काही देणारा, त्याच्या विचारांना अस्तित्व आणणारा! यश, सुख, रंजन, सर्जन, संपत्ती, नवनिर्मिती, इतकंच काय; पण दुःख, आजार, विनाश, अपघात, नुकसान, दुर्दैव, सारं काही प्रथम मनाच्या सृष्टीत जन्माला येतं आणि नंतर अस्तित्व धारण करतं.

या मनाच्या शक्तीनं म्हणूनच चमत्कार घडू शकतात. कालपर्यंत बरा आहे असं वाटणारा अगदी धडधाकट तरुण माणूस अचानक हार्ट ॲटॅक येऊन मृत्युमुखी पडतो.

कारण एकच, अयोग्य मनोभूमिकेमुळे आलेली तणावग्रस्तता! आणि एखादा 'माझा साक्षात्कारी- हृद्रोग' किंवा 'कॅन्सर माझा सांगाती', असं म्हणून या आजारांना सहज नमवतो.

पंढरपूरच्या वारीत चालताना ऊन, पाऊस, भूक, तहान, प्रवास या कशाचाच ताण-त्रास न जाणवता उलट भाविकांचे असलेले आजार बरे होतात. याचं कारण श्रद्धा, जे या मनःशक्तीचंच एक देखणं रूप आहे.

शास्त्रज्ञांना विचारून पाहा. तेही सांगतील, की प्रत्येक शोधाचा उगम हा प्रथम मनातच झालेला.

एखादा कोट्यधीशही हेच सांगेल, की प्रचंड संपत्ती मिळवण्याच्या कल्पना प्रथम मनात साकारल्या म्हणून हे घडलं.

आत्मशक्तीनं संतमहात्मे चमत्कार घडवून आणतात. अध्यात्मशक्ती हे या मनोबलाचं विराट-अतिप्रगत रूप!

आपल्या आयुष्यात घडणाऱ्या घटना, निर्माण झालेली/ होणारी परिस्थिती, आपल्या सहवासात, संबंधात येणारी माणसं, आपलं नशीब, सुदैव या साऱ्याच गोष्टींना आपलं 'मन' जबाबदार असतं. उद्योगधंद्यातील नुकसान, पतिपत्नींचे दुरावलेले संबंध किंवा अतिमहत्त्वाकांक्षा, परीक्षेची भीती, असा कोणताही ताण किंवा दुःख लक्षात घ्या, याचा उगम अविवेकी, अयोग्य विचारांत असतो. अर्थात, यातून निर्माण होणाऱ्या शारीरिक आजारांना किंवा परिस्थितीलाही हे विचारच कारणीभूत आहेत.

अनेक जण चिंता, भीती, राग, तिरस्कार, संशय, मत्सर या नकारार्थी भावनांच्या अडथळ्यांमुळे मनाची अचाट, अगाध शक्ती, यशस्वी, सुखी, निरोगी होण्यासाठी, संपन्न जीवनासाठी वापरू शकत नाहीत. उलट, व्यसनाधीन किंवा व्याधिग्रस्तच होतात. 'आपलं आरोग्य' जपण्यासाठी म्हणूनच प्रथम मनीमानसी बदलायला हवं... या ओढाळ मनावर रंग, संगीत, गंध, लैंगिक प्रेरणा, संमोहन, पंचमहाभूतांचा, बारा क्षार चिकित्सा यांचा परिणाम होतो. योगसाधना, रेकी, ध्यान, व्यायाम, इतरंच काय, पिरॅमिड/शंकूसारख्या रचनांचा, वास्तूचा, वेळ, गती, वातावरणाचा, ऋतूंचा परिणाम होतो. बॅच फ्लॉवर रेमेडीज, होमिओपॅथी यांमध्ये तर या मनाचे अनेक रंग चित्रित केलेले आढळतात. आधुनिक वैद्यकशास्त्रानं तणाव, प्रतिक्रिया, त्यांचे शरीरावर होणारे नेमके परिणाम, जीवरासायनिक क्रिया यांविषयी सखोल संशोधन केलं आहे. आहाराचा आणि मनाचा संबंध तर अनन्यसाधारण आहे, जो आयुर्वेदात,

गीतेत वर्णिला आहे. मनोभूमिकेत कोणता आणि कसा बदल करायचा, याचं तंत्र–मंत्र समजल्यानंतर अनेकांचं आयुष्य बदलून गेलेलं आहे. अशा अनेक पद्धतींचा अभ्यास, जीवन घडवण्यासाठी उपकारक ठरतो. तत्त्वज्ञान, अध्यात्म, अनाकलनीय वाटणारे चमत्कार, संतमहात्म्यांच्या प्राप्त सिद्धी, अतींद्रियविद्या यांचा परिणाम जीवनावर झालेला आपल्याला दिसून येतो, कारण त्यांचा संबंध मनाशी आहे.

■■■

मनःस्थिती बदला-निरोगी व्हा!

मनाचा आणि शरीराचा संबंध केवळ अतूट आहे. नकारात्मक मनःस्थितीमुळे मानसिक रोगच नव्हे; तर अनेक शारीरिक रोगही उद्भवतात. यामागील मानसशास्त्रीय व वैद्यकशास्त्रीय कारणमीमांसा अगदी सुस्पष्ट आहे. ही समजून घेतल्यास तुम्हाला तुमच्या अनेक आजारांचं मूळ सापडेल आणि त्यावर मूलभूत उपायही सापडेल. यामुळेच अनेक असाध्य आजारही, जिथं मनःस्थितीत बदल घडतो अशा गोष्टींमुळे चमत्कार झाल्यासारखे अगदी आश्चर्यकारकरीत्या बरे झाल्याचं दिसतं. उदा., श्रद्धा, ध्यान, संगीत, तत्त्वज्ञान, अध्यात्म, संशोधन, भक्ती, पुष्पौषधी... म्हणूनच पंढरपूरची वारी, इस्कॉन, माउंट अबू येथील प्रजापिता ब्रह्माकुमारी विश्वविद्यालय, रजनीश आश्रम, केरळमधील प्रार्थना केंद्रं इत्यादी ठिकाणी असे अनेक चमत्कार नोंदवले जातात. गंडे-ताईत-दोरे देणारा एखादा भोंदूबाबाही काही काळ का होईना; पण भाव खाऊन जातो. लोक त्यांच्या नादी लागतात.

एकविसाव्या शतकातील एड्सपेक्षाही महाभयानक भस्मासुर कोणता? तर ताणतणाव-टेन्शन! ज्यामुळे अनेक लोक फक्त रोगग्रस्तच नव्हे; तर अकालीच मृत्युमुखीही पडत आहेत. बॅच फ्लॉवर रेमेडिज किंवा पुष्पौषधी, ज्या मानसिक स्थितीवरूनच योजल्या जातात, त्या मानसिक नव्हे; तर शारीरिक आजारही कसे काय बरे करू शकतात, हा प्रश्न तुमच्याही मनात डोकावला असेलच. म्हणूनच याचं शास्त्रशुद्ध स्पष्टीकरण आपण लक्षात घेऊ. चिंता, काळजी, भीती, राग, चीड, मत्सर, अनिर्णय, दुःख इ. नकारार्थी भावनांमुळे शरीरात तणावप्रतिक्रिया घडते.

शेकोटीसमोर बसलेल्या एखाद्या आदिमानवाची कल्पना करा. अचानक त्याला

वाघाची सावली दिसते. तो घाबरून, थरारून उठतो. दोनच पर्याय– लढा किंवा पळा. जीव वाचवण्यासाठी इथून पळून तरी जायचं, नाहीतर या वाघाशी सामना तरी करायचा. क्षणार्धात त्याच्या शरीरात काही बदल घडतात. ही प्रतिक्रिया त्याच्याही नकळत होते. कोणताही धोका जाणवला, की 'लढा किंवा पळा' यासाठी शरीराची तयारी करणाऱ्या ऑटोनॉमिक नर्व्हस सिस्टिमवर (Autonomic Nervous System) आपला कोणताच ताबा नसतो. आपोआप शरीरातील विशिष्ट एंडोक्राइन ग्रंथी (विशेषतः अॅड्रिनल ग्रंथी) उद्दीपित होतात.

सर्वसामान्यपणे आपल्या शरीरातील पेशी नव्वद टक्के वेळा शरीराच्या दुरुस्तीच्या जडणघडणीच्या कामात लागलेल्या असतात. धोका आहे अशी सूचना आली, की त्या ते काम तात्पुरतं बंद ठेवतात आणि एक प्रचंड ऊर्जेचा साठा चलित (Mobilize) करू लागतात. रक्तातील साखर वाढते. लढण्यासाठी किंवा पळून जाऊन स्वतःचा बचाव करण्यासाठी हाता–पायांच्या स्नायूंना व नेमके काय करावे, हे ठरवण्यासाठी विचार करता यावा म्हणून मेंदूला ही ऊर्जा अधिक प्रमाणात पोहोचावी म्हणून त्या अवयवांचा रक्तपुरवठा वाढतो. अर्थातच पचनसंस्था, त्वचा, सांधे इत्यादी त्यामानानं कमी महत्त्वाच्या अवयवांचा रक्तपुरवठा कमी होतो. जीवितरक्षण अधिक महत्त्वाचं म्हणून तात्पुरती शरीरातील जडणघडण–वाढ–दुरुस्ती ही कामं थांबवली जातात. धोका टळला, की तणावप्रतिक्रिया ओसरते आणि शरीर पूर्वस्थितीत येतं; पण तणावप्रतिक्रिया वरचेवर घडत राहिली, तर त्याचे दुष्परिणाम मनावरच नव्हे; तर शरीरावरही दिसू लागतात. याचा अनुभव तुम्ही कधी ना कधी नक्कीच घेतलेला असेल, पाहा.

- पचनक्रिया मंदावते – स्नायूंचा आणि मेंदूचा रक्तपुरवठा वाढणं अधिक महत्त्वाचं. धोक्यापासून बचाव करण्यासाठी माणूस दक्ष, जागरूक, चपळ हवा. अन्नपचन नंतर झालं, तरी हरकत नाही, याचा अनुभव तुम्ही असा घेतला असेल. म्हणाला असाल, (पचनसंस्थेचा रक्तपुरवठा कमी झाला.) भीतीनं पोटात खड्डा पडला किंवा (त्वचेचा रक्तपुरवठा कमी होऊन) भीतीनं तो पांढराफटक पडला.
- स्नायूंना अधिक ऑक्सिजन ताबडतोब पुरवता यावा म्हणून श्वसनक्रिया वेगानं होऊ लागते. तुम्हाला आठवतंय? घाबरून तुम्ही धापा टाकत होतात. भीतीनं बोबडी वळली होती. नंतर म्हणालात, 'अरे बापरे! त्या वेळी माझा

वरचा श्वास वर, खालचा खाली, असं झालं. बोलता येत नव्हतं.'

- हृदयाचा वेग वाढतो. ब्लडप्रेशर झपाट्यानं वाढतं, कारण आवश्यक त्या ठिकाणी जोरदारपणे रक्तपुरवठा व्हायला हवा. 'बाप रे बाप! माझ्या छातीत केवढं धडधडत होतं, असं कधी म्हणाल्याचं आठवतंय?'
- महत्त्वाची कृती करण्याच्या दृष्टीनं 'स्नायू' तयारीत राहतात. पाहा, तुम्ही खूप 'बिझी' होता. ऑफिसमध्ये खूप काम होतं. संध्याकाळी घरी गेलात तेव्हा मान, पाठ घट्ट झाली होती, असा अनुभव कधी आला आहे?
- 'लढा किंवा पळा' यासाठी रक्तातील साखरेची पातळी वाढवून तत्काळ शक्ती निर्माण केली जाते व याचा पुरवठा मेंदूला व हातपायांच्या स्नायूंना केला जातो. परीक्षेच्या हॉलमध्ये एखादा पूर्वी न वाचलेला, तयारी न झालेला टॉपिकही 'एक्सपेक्टेड' आहे, म्हणून कुणीतरी सांगतं. पंधरा मिनिटांत तुम्ही तो वाचता. एवढंच नव्हे; तर उत्तरपत्रिकेत लिहिताही. घरातील कुणाला अपघात होतो आणि सत्तरीला आलेली आई गुडघेदुखी विसरून केवढीतरी धावपळ करते. मिळालेल्या वाढीव शक्तीचा हा परिणाम!
- 'लढा किंवा पळा' प्रक्रियेत जखमा झाल्याच, तर लगेच रक्तस्राव थांबावा म्हणून रक्ताची गुठळी बनवणारी रासायनिक द्रव्यं रक्तवाहिन्यांतून अधिक सोडली जातात. तुम्ही अत्यंत 'टेन्शन'मध्ये असता, त्याच गडबडीत हात कापतो किंवा दाढी करताना रक्त येतं; पण इतक्या लवकर रक्तस्राव थांबतो की तुम्हालाच आश्चर्य वाटतं. आला कधी असा अनुभव?

याचाच अर्थ, आदिमानवाच्या शरीरात तेव्हा जे घडत होतं, तेच आणि अगदी तसंच आत्ताही तणावप्रतिक्रिया होते, तेव्हा शरीरात घडतं. जंगलात राहणाऱ्या आदिमानवाच्या बाबतीत खरोखरच जीविताला धोका असायचा- हिंस्र पशू किंवा इतर शत्रूंपासून शारीरिकदृष्ट्या स्वतःचा जीव वाचवणं यासाठी ही 'लढा किंवा पळा'साठीची तयारी अत्यंत गरजेची होती. आधुनिक मानवांत तणावप्रतिक्रिया तशीच घडते; पण आता ज्या कारणांनी (ताण) टेन्शन येतं, त्यासाठी ही प्रतिक्रिया शारीरिकदृष्ट्या गरजेची असतेच असं नाही, कारण अनेकदा त्याचं लढणं-पळणं बौद्धिक-भावनिक असतं, शारीरिक नसतं. मांजर घाबरलं तर पाठ उंचावतं, शेपटी फुलवतं, हरिण झुडपात लपून बसण्यासाठी पळायला लागेल; पण आधुनिक मानव हा त्याच्या अस्तित्वाला किंवा 'मी'पणाला धोका उत्पन्न झाला, की खांदे उडवतो किंवा ताठरतो

आणि बऱ्याचदा ही तणावप्रक्रियेची लक्षणं दाबून टाकण्याचा प्रयत्न करतो, कारण हा धोका काही शारीरिक इजा पोहोचवणारा आणि म्हणून शारीरिकरीत्या 'लढा किंवा पळा'ची तत्काळ मागणी करणारा नसतो. बॉस, बजेट, प्रेक्षक, इंटरव्ह्यू, परीक्षा, पैसा, वादविवाद या काही खरंतर तर जीविताला धोका निर्माण करणाऱ्या गोष्टी नाहीत; पण तरीही आपल्या 'मी'पणाला आणि म्हणून अस्तित्वाला धोका वाटून तणावप्रतिक्रिया घडते आणि ती जर सतत घडत राहिली, तर कालांतरानं त्याचे शारीरिक परिणाम दिसू लागतात.

- मधुमेह - डायबेटिस मेलिटस (स्नायूंना, मेंदूला शक्ती पुरवण्यासाठी रक्तातील साखर वाढते.)
- दमा - (श्वसनक्रिया वेगानं होऊ लागते.)
- हृदयविकार - (हृदयाचं काम वाढतं.) व हृदयविकाराचा अचानक झटका येऊन अल्पवयीन मृत्यूचं प्रमाण हल्ली खूप वाढलं आहे.
- हृदयविकाराचा किंवा पक्षाघाताचा झटका - रक्तस्राव चटकन थांबावा म्हणून रक्ताची गुठळी बनवणारी द्रव्यं वाढतात, अशी गुठळी हृदयाच्या किंवा मेंदूच्या रक्तवाहिनीत अडकू शकते.
- अतिरक्तदाब - हायपरटेन्शन (तणावप्रतिक्रियेत रक्तदाब वाढतो.)
- मायग्रेन - अर्धशिशी, पाळीच्या आधी पाय वळणं, स्तन दुखणं इत्यादी.
- पचनसंस्था, सांधे, त्वचा या कमी महत्त्वाच्या अवयवांचा रक्तपुरवठा कमी होतो.
- रूमॅटॉइड आथ्रायटिस, मध्यम वयातच गुडघेदुखी.
- त्वचारोग - लायकेन प्लेनस, सोरायसिस, अर्टिकेरिआ, अटोपिक डर्मटायटिस, केस गळणं व पिकणं.
- पचनसंस्था - वरचेवर तोंड येणं, ॲसिडिटी, जळजळ, अपचन, गॅस, अल्सरेटिव्ह कोलायटिस, अतिसार, मलावरोध, पेप्टिक अल्सर, उलटी होणं.
- शरीराची वाढ - दुरुस्ती थांबते, प्रतिकारशक्ती कमी होते. लहान मुलांची वाढ खुरटते.
- वरचेवर अतिसार, घसा, टॉन्सिल्स सुजणं, गळवं होणं, जखम किंवा कोणताही आजार बरा होण्यास वेळ लागतो.

- अकाली वार्धक्य.
- निद्रानाश (मेंदूचा रक्तपुरवठा वाढतो, कारण मेंदू चलाख हवा.)
- लैंगिक इच्छा कमी होणं.

अर्थातच, शरीर-मन यावरील ताण कमी झाला, तरच हे आजार बरे होऊ शकतात.

चिडचिड, अस्वस्थ झोप, औदासीन्य, वैफल्य, कंटाळा, असमाधान, वैताग, खिन्नता, कामांच्या बाबतीत चालढकल किंवा दिरंगाई करण्याची प्रवृत्ती ही मानसिक लक्षणंही तणावग्रस्ततेमुळे निर्माण होतात. म्हणून ताबडतोब तणावमुक्तीची मोहीम आखा. मन प्रसन्न ठेवा. इतकं खंबीर ठेवा, की धोका असला, तरीही शरीरात तणावप्रतिक्रिया घडणार नाही.

यासाठी पुष्पौषधी व इतर चिकित्सा, तज्ज्ञांचे मार्गदर्शन, समुपदेशन (कौन्सिलिंग), मनाला बळकटी आणणारे मानसिक व्यायाम, जीवनविद्या, विवेकनिष्ठ मानसोपचार पद्धती (स्वतः/ इतर व्यक्ती/परिस्थिती यांच्याकडे पाहण्याचा विवेकनिष्ठ दृष्टिकोन, ज्यामुळे तणावप्रतिक्रिया टळू शकेल.) इत्यादी अनेक गोष्टींची मदत होऊ शकते.

■■■

वडवानल

१. ॲग्रिमनी (Agrimony)

दुःखानं विदीर्ण, घायाळ मनःस्थिती, दुःख विसरण्यासाठी व्यसनाधीनता, दुःख लपवून ठेवून आनंदी चेहऱ्याचा मुखवटा.

ॲग्रिमनी (Agrimony) या औषधाचे अनेक रुग्ण आपल्याला सभोवार पाहायला मिळतील. हे रुग्ण म्हणजे काही 'मनोरुग्ण' म्हणून ओळखले जाणारे लोक असतील असं नाही. तुमच्या-आमच्यात वावरणारे, हसणारे, बोलणारे, गप्पा मारणारे लोक असतील. आता कशा प्रकारची मानसिक स्थिती असणाऱ्या लोकांसाठी हे औषध आहे, ते आपण पाहू.

अशी व्यक्ती वरून पाहताना खूप आनंदी आणि खेळकर स्वभावाची असते. त्यांचा मित्रपरिवारही खूप मोठा असतो. या लोकांना खरोखरच विनोदबुद्धी असते. मित्रमंडळीत ते येतात, ते हास्याची कारंजी उडवतच; पण वरून शांत भासणाऱ्या, लाटांचा खेळ करणाऱ्या सागराच्या पोटात वडवानल असतो, तसं काहीसं या लोकांचं असतं. वरून आनंदी चेहऱ्याचा फक्त एक मुखवटा या लोकांनी चढवलेला असतो, परंतु त्यांची आंतरिक मनःस्थिती अत्यंत विदीर्ण असते. या हसऱ्या चेहऱ्यामागे चटकन कुणाला समजून न घेणारे घायाळ मन असते. या लोकांना शांततामय जीवनाची आवड

असते तंटेबखेडे, वादविवाद, भांडणं याला ते विटून गेलेले असतात. या सर्वांचा त्यांना आत्यंतिक त्रास होतो.

अशी व्यक्ती आपल्या चिंता, काळजी, वेदना यांचं प्रदर्शन कधीच करत नाहीत. ते सर्व सहन करतात. यातूनही मार्ग काढतात, परंतु या सर्वांतून एकलेपणानं जाण्याचा त्यांच्या मनावर परिणाम होतो. दिवसभर काम करून थकून ज्या वेळी ते झोपायला जातात त्या वेळी शरीर दमलेलं असतं; पण तळातून ढवळून निघालेलं मन मात्र अस्वस्थच राहतं. मनातील विचारांच्या गर्दीमुळे त्यांना झोप लागत नाही. तळमळत राहावं लागतं, परंतु यातील काहीच ते बाहेर दिसू देत नाहीत. त्यांच्या अगदी जवळच्या व्यक्तीलाच त्यांच्या मनोवेदना कळतील. अल्प परिचयातील माणसाला वाटेल, 'किती सुखी माणूस आहे हा!' याचं कारण म्हणजे, त्यांनी धारण केलेला आनंदी चेहऱ्याचा मुखवटा.

अशी व्यक्ती आजारी पडली आहे म्हणून तुम्ही भेटायला गेला, तर तुम्हाला वेगळंच दृश्य दिसेल. भेटायला आलेल्या लोकांना ते जोक्स सांगत बसलेले आढळतील. आपल्या शारीरिक वेदनांचा ते सहसा दुसऱ्याला मागमूसही लागू देणार नाही. अशी व्यक्तींना एकटं राहायला आवडत नाही. ते नेहमी चार मित्रांच्या, सहकाऱ्यांच्या कोंडाळ्यात राहणंच पसंत करतात, कारण त्यांना आपल्या चिंता, वेदना विसरणं यांमुळे सोपं जातं. पण अनेक वेळा आपली दुःखं एकटेपणानं, कुणाला न सांगता, मन मोकळं न करता, भोगत राहिल्यामुळं मनःस्थिती विदीर्ण होते आणि हे दुःख विसरण्यासाठी अशा प्रकारचे लोक व्यसनाधीनही होतात.

परंतु अशा प्रकारच्या लोकांना ॲग्रिमनी दिल्यास ते खरोखरच शांततामय जीवन जगू शकतील. आपल्या चिंता-काळजीचं कमीअधिक वजन ओळखून त्याला योग्य तेवढंच महत्त्व देतील, आपल्या दुःखावर खरोखरच हसून मात करू शकतील.

आता आपण या ॲग्रिमनी टाईप व्यक्तिमत्त्वाची काही व्यवहारातील उदाहरणं पाहू या. मंगलताई. आनंदी आणि खेळकर स्वभाव, कर्तृत्ववान पती आणि गुणवान मुलं, परंतु या सुखाच्या संसाराला दृष्ट लागली. अल्पवयातच पतिनिधनाची कुऱ्हाड त्यांच्यावर कोसळली. मुलांची जबाबदारी, घरातील सासू-सासऱ्यांची जबाबदारी, त्यांचे पती करत असलेल्या उद्योगधंद्याची जबाबदारी आणि पतिनिधनाचं दुःख या सर्वांचा आत्यंतिक ताण त्यांच्यावर पडला. दिवस कामात जाई. घर आणि फॅक्टरी यांच्याकडे लक्ष देताना दिवस अपुरा पडे; पण रात्र खायला उठे. पहाटेपर्यंत झोपच लागत नसे. आजूबाजूचे लोक मंगलताईंच्या धैर्याचं, कर्तृत्वाचं, आनंदी राहण्याचं

कौतुक करत होते; पण मनातून मात्र त्या खचून गेल्या होत्या. स्मरणशक्ती कमी होऊ लागली. तशी शारीरिक तक्रार नव्हती; पण उगीचच थकून, गळून गेल्यासारखं वाटायचं. दिवसाही अस्वस्थपणा येऊ लागला. कर्तव्य म्हणून त्या हसतमुखानं जबाबदारी ओढत होत्या एवढंच. शेवटी डॉक्टर गाठावा लागला. 'ॲग्रिमनी' दिलं अन् सहा आठवड्यांतच त्यांची मनःस्थिती बदलली. मनावरचा ताण हलका झाला अन् मनःशांती मिळाली.

मधुकरराव घरातील वडीलबंधू, वडिलार्जित मोठी इस्टेट; पण त्यावर कर्ज, भाऊबंदकी, भांडणं, कोर्टकचेरी आणि घरातील सर्वांची पूर्वापार चालत आलेली आणि म्हणूनच सहजासहजी बदलता न येणारी इनामदारी थाटाची राहणी, यांमुळे खरोखरच ते अगदी वैतागून गेले होते. हे असं वर्षांनुवर्षं चाललंच होतं. त्यातच जमिनीचा एक मोठा खटला ते हरले. हल्ली तर मधुकररावांनी दारू पिणं चालू केलं होतं. घरातील कटकटींपासून नशेच्या धुंदीत का होईना, सुटका मिळत होती. त्यांच्या पत्नी ललिताबाई अगदी घाबरून गेल्या; पण 'ॲग्रिमनी' दिलं आणि नुकतंच लागलेलं दारूचं व्यसन तर कमी झालंच; पण मनालाही एक प्रकारचा शांतपणा आला आणि आपल्या अनेक समस्यांवर ते अत्यंत विचारपूर्वक निर्णय घेऊ शकले.

फक्त मोठ्या माणसांच्या बाबतीत नव्हे; तर लहान मुलांच्या बाबतीतही अशा प्रकारचा स्वभाव असेल, तर ॲग्रिमनीचा उपयोग होतो. शशांक. वय वर्षं सहा. आई नोकरी करणारी. लहान बहीण पाच-सहा महिन्यांची, त्यामुळं साहजिकच आईचं लक्ष तिच्याकडं अधिक! याचा शशांकच्या बालमनावर थोडासा परिणाम झाला असावा. त्याला मधूनमधून दमा लागत असे; पण तो कधीच त्यामुळे रडून त्रास देत नसे. सर्व सहन करून बरं वाटलं, की मुकाट्यानं हट्ट न करता शाळेत जात असे. वयाला न शोभणारा हा समजूतदारपणा आईला नाही म्हटलं तरी खटकला. दम्यापेक्षा त्याच्या मनाची तिला अधिक काळजी वाटत होती. 'ॲग्रिमनी' दिलं आणि शशांकचा अवखळपणा, बाल्य तर परत आलंच; पण दम्याचे ॲटॅक येण्याचं प्रमाणही आश्चर्यकारकरीत्या कमी झालं.

■■■

अज्ञाताची भीती

२. आस्पेन (Aspen)

अज्ञात कारणानं भीती,
झोपेतून घाबरून जागं होणं इत्यादी.

आता आपण आस्पेन (Aspen) या औषधाची माहिती घेणार आहोत. या औषधाच्या रुग्णाला 'भीती' वाटत असते; पण ही भीती काही अज्ञात कारणांमुळे नेहमी वाटते. ही भीती वाटण्यास दृश्य असं कोणतंच कारण असत नाही. आपल्याला ही अशी भीती का वाटते आहे, हे रुग्णाला सांगताही येत नाही. रुग्ण एकदम झोपेतून जागा होतो. भीतीनं त्याच्या अंगावर काटा आलेला असतो. अंग घामानं थबथबलेलं असतं. अचानक ओरडत तो झोपेतून उठतो. घरातील माणसं विचारतात, 'अरे, तुला काही वाईट स्वप्न वगैरे पडलं का?' रुग्णाला काहीच आठवत नसतं; पण तो अतिशय घाबरून थरथरत राहतो. पुन्हा झोपी जाण्याचीही त्याला भीती वाटते. अनेक वेळी असा प्रसंग व्यक्ती एकटी असताना घडतो, परंतु काही वेळा भीतीची तीव्रता अधिक असल्यास अनेक माणसांच्या सान्निध्यात असतानाही घडून येतो. ही भीती अज्ञाताची असते. आपण का घाबरलो हे रुग्णाला सांगता येत नसल्यामुळे लोकांची गैरसमजूत होईल, ते आपल्यावर विश्वास ठेवणार नाहीत असं वाटून रुग्ण त्याविषयी बोलण्यास फारसा उत्सुक नसतो.

अपघात, शस्त्रक्रिया, वादळ, आग इत्यादी गोष्टींची काहींना भीती असते, परंतु या सर्व गोष्टी ज्ञात झाल्या नाही का? त्यासाठी हे औषध उपयोगी पडतं. 'आस्पेन' या औषधाचे वैशिष्ट्य म्हणजे 'अज्ञाताची भीती.'

आपण आता काही व्यवहारातील उदाहरणं पाहू या.

मीनल. पाच-सहा वर्षांची गोड मुलगी. अचानक एक दिवस रात्री झोपेतून ती 'मम्मीऽ मम्मीऽऽ' असं ओरडतच उठली. भीतीनं थरथरत होती. घामानं भिजून गेली होती. खूप वेळ ती झोपलीही नाही. सारखं 'मम्मी, मला भीती वाटते!' चाललं होतं. घाबरली असेल काहीतरी स्वप्न वगैरे पडून, अशी घरातील माणसांनी समजूत करून घेतली; पण पुन्हा तीन-चार दिवसांनी तोच प्रकार आणि नंतर हा प्रकार फारच वाढला. जवळ जवळ रोज मीनल झोपेतून ओरडत उठू लागली. अनेक डॉक्टर्स झाले. झोपेच्या गोळ्यांनी तात्पुरता हा प्रकार बंद होई; पण पुन्हा सुरूच. शेवटी आजीनं मांत्रिकही गाठले. गंडेदोरे, धुपारे झाले. मीनल गोबऱ्या गालांची; पण आता गालांची हाडं दिसू लागली. तिच्या डोळ्यांत एक अनामिक भीती दिसू लागली. शेवटी 'आस्पेन'नं किमया केली. तीन महिने औषध घ्यावं लागलं. हळूहळू कमी होत मीनलचं घाबरून उठणं बंद झालं.

ललिताबाई. वय ४० वर्षं. लहानपणापासूनच 'आपण गुदमरून जाऊ' अशी त्यांना भीती वाटत असे. का ते मात्र त्यांनाही सांगता येत नसे. वाटते तशी एकेकांना भीती म्हणून घरातील इतर माणसं त्यांची समजूत घालत असत; पण गेली दोन वर्षं ही भीती इतकी वाढली, की त्यांना गिळतानाही त्रास होऊ लागला. आपल्या घशाभोवती कुणीतरी घट्ट दोरी आवळली आहे असंच वाटायचं. एक्स-रे झाले, सर्व प्रकारच्या तपासण्या झाल्या. सर्व रिपोर्ट्स अगदी उत्तम; पण व्यवस्थित खातापिता न आल्यामुळे ललिताबाई बारीक झाल्या. आता आपण यातून काही जगत नाही असंच त्यांच्या मनानं घेतलं; पण 'आस्पेन' दिलं. फक्त पोटात घ्यायला नव्हे; तर द्रावण करून गळ्याला बाहेरून लावण्यासही सांगितलं आणि आठ दिवसांतच त्यांना थोडं अधिक खातापिता येऊ लागलं व तब्येत सुधारली आणि तीन-चार महिन्यांनी, त्यांच्याच शब्दांत सांगायचं झालं, तर ही जगावेगळी भीती वाटणं बंद झालं.

मनोहरराव. वय ७० वर्षं. सर्व जण त्यांना 'नाना' म्हणत. रिटायर झाल्यावर त्यांनी मनासारखं घर बांधून घेतलं होतं. मुलं-सुना-नातवंडं, असा सुखी परिवार मिळूनमिसळून राहण्याची वृत्ती. त्यामुळे या वयातही सुना, मुलं आज्ञेत होती, त्यांना जपत होती. प्रकृती ठणठणीत. गेली दोन वर्षं मात्र त्यांना एक अनामिक भीती छळत

होती, की घराला आग लागणार! या भीतीमुळे ते कधी कधी खूप विचित्र वागू लागले. रात्री एक-दोन वाजतासुद्धा कपडे घालून ते घरात सर्व ठिकाणी व घराबाहेर फिरून येत व सर्व ठीकठाक आहे ना, हे पाहून घेत. घराच्या राखणीसाठी गुरखा ठेवला, तरी त्यांचं हे 'पाहणं' कमी होईना. घरात सुनामुलींना, पत्नीला रात्री-अपरात्री उठवून गॅस वगैरे चालू तर राहिला नाही ना, हे पाहायला पाठवत. यंदा तर दिवाळीत कमालच झाली. मुलांना त्यांनी घराच्या आवारात फटाके, फुलबाजे लावण्यास मनाई केली. शेजारीपाजारी तर हा एक विनोदी प्रकार समजून त्यांची चेष्टा करू लागले. 'म्हातारचळ लागलं आहे काय नानांना?' असं विचारून भंडावून सोडू लागले. घरातील सर्वांनाच ते असह्य झालं. 'कारणविहीन भीती' या लक्षणावरून 'आस्पेन' दिलं. चार महिने औषध घेतल्यावर नाना भेटले ते गणपतीच्या दिवशी, सर्व नातवंडांच्या गराड्यात, फटाक्यांच्या दुकानात!

■■■

जमदग्नी

३. बीच (Beech)

चिडखोर, रागीट, टीकाखोर,
सतत दुसऱ्याचे दोष दाखवणाऱ्या व्यक्ती.

डॉ. बॅच यांनी शोधून काढलेल्या औषधांमधील 'बीच' (Beech) औषधाच्या वैशिष्ट्यांचा आज आपण विचार करणार आहोत. थोडं सूक्ष्म दृष्टीनं पाहिलं, तर या औषधाचे अनेक रुग्ण तुमच्या सभोवार असलेले तुम्हाला आढळून येतील. कदाचित, घरातही अशी एखादी व्यक्ती असेल.

हे लोक जमदग्नीचे वंशज असल्यासारखे वागत असतात. सतत चिडत, रागावत असतात. घरात मुलांवर, पत्नीवर, ऑफिसमध्ये हाताखालच्या लोकांवर, नोकरचाकरांवर त्यांचा राग कोसळत असतो. कोणत्याही बाबतीत थोडीशीसुद्धा सहनशीलता दाखवणं हे त्यांना जमत नाहीत. जणू 'सहनशीलता' हा शब्दच त्यांनी आपल्या शब्दकोशातून काढून टाकलेला असतो. सतत लोकांचे दोष काढत असतात. त्यांच्या लहानसहान चुकांकडेही ते दुर्लक्ष करू शकत नाहीत. त्यांच्यातही काही चांगले गुण आहेत हेच विसरून जातात. एखादं काम एखाद्या व्यक्तीस करायला सांगितलं, तर ते काम करण्याची त्या व्यक्तीची काही वेगळी पद्धत असू शकेल किंवा ते काम करताना काही विशिष्ट अडचणी त्या व्यक्तीस येणं शक्य आहे, यांमुळे ते

काम ती व्यक्ती कमीअधिक चांगले करील इत्यादी हे लोक समजून घेणार नाहीत. त्यांच्या म्हणण्याप्रमाणे त्याच विशिष्ट पद्धतीनं एखादी गोष्ट झालीच पाहिजे. शिस्त, काटेकोरपणा इत्यादी बाबतींत ते थोडी अतिशयोक्तीच करतात. स्वतःची कार्यक्षमता इतरांच्यात नसणं शक्य आहे याची जाणीवच त्यांना नसते. इतरांच्या लहानसहान दोषांबद्दल, अवगुणांबद्दल तर ते रागावतीलच; पण कधी कधी एखाद्याचं शारीरिक व्यंग व त्यामुळे त्याच्या कार्यक्षमतेतील कमी, किंवा एखाद्याची छोटीशी सवय उदा., खांदे उडवणं, बटणाशी चाळा करणं, बोलण्याची लकब इत्यादींवरही ते टीका करत राहतात. त्यांच्या अशा स्वभावामुळे ते माणूसघाणे बनतात. कामाव्यतिरिक्त त्यांच्याकडे कुणी फिरकतही नाही. ते एकाकी बनतात. इतरांच्या चुका दुरुस्त करायच्या, त्यांच्यातील दोष दाखवायचे तर ते दुसऱ्याचा आत्माभिमान जपत आणि गोड शब्दांनी; ही गोष्ट ते विसरून गेलेले असतात. याच्या उलट उदाहरण म्हणजे, भगवान येशू ख्रिस्त– सहनशक्तीची परिसीमा! त्यांना क्रूसावर चढवून हातांपायांना खिळे ठोकणाऱ्या सैनिकांच्या बाबतही ते म्हणाले, 'देवा, सैनिकांना क्षमा कर. ते काय (दुष्कृत्य) करत आहेत हे त्यांचं त्यांना कळत नाही.'

आपण आता 'बीच' या औषधाची काही व्यवहारातील उदाहरणं पाहू या.

ज्यांनी 'खूबसूरत' किंवा 'परिचय' हे चित्रपट पाहिले असतील त्यांना 'बीच' या औषधाची गरज असलेल्या व्यक्ती लक्षात येणे अवघड नाही, 'खूबसूरत'मधील सासू किंवा 'परिचय'मधील मुलांचे आजोबा ही याच औषधाची उदाहरणं आहेत. काही रुग्णांच्या हकिकतीही लक्षात घेण्यासारख्या आहेत.

सुलभाताई. वय ४५ वर्षं. लहानपणीच आई–वडील गेले. १७व्या वर्षीच घराची जबाबदारी त्यांच्यावर पडली. शिक्षण सोडून त्यांना नोकरी करावी लागली. नंतर नोकरी करता करताच बी.ए.ची पदवी त्यांनी घेतलीच; पण एम.ए.,एम.एड.,ही त्या झाल्या. छोट्या बहिणीचं, भावाचं शिक्षणही त्यांनी पूर्ण केलं. हे सर्व करेपर्यंत त्यांचं लग्नाचं वय केव्हाच उलटून गेलं होतं; पण छोट्या बहिणीचं त्यांनी लग्न करून दिलं. भावालाही नोकरी लागली. त्याचंही लग्न करून दिलं. भावजयीला स्वतःचा संसार सजवण्याची हौस होतीच; पण इतकी वर्षं कष्टानं उभारलेल्या घरात, संसारात भावजयीची लुडबुड सुलभाताईंना सहन होईना. सुलभाताईंचा कामाचा सपाटा दांडगा. कामही कसं नीटनेटकं हवं. इतकी वर्षं कष्टांचीही शरीराला सवय झाली होती, त्यामुळे त्यांच्या शिस्तीप्रमाणं आणि त्यांच्या इतक्या गतीनं काम करणं भावजयीला शक्य नव्हतं. त्यांची शिस्तप्रियता तिला आपल्या संसारात काट्यासारखी

सलू लागली. रोजच भांडणं होऊ लागली. सुलभाताईंचा चिडखोरपणा फारच वाढला. भावजयीचे कुसळासारखे दोष त्यांना मुसळासारखे वाटू लागले. घरात असतील, तेवढा वेळ भावजयीला रागे भरण्यात जाऊ लागला. आणि याचा खरा वाईट परिणाम सुलभाताईंवरच झाला. त्यांना अर्धशिशी जडली. अतिशय डोकं दुखायचं. आवाज, प्रकाश सहन होत नसे. भूकही लागत नसे. कधी कधी उलटी झाली, तर बरं वाटायचं. हल्ली जवळ जवळ ही तक्रार रोजच सुरू झाली. शेवटी 'बीच' दिलं. सतत तीन-चार महिने ते त्या घेत होत्या आणि त्यांच्या मनाला शांतपणा मिळाला. भावजयीशी त्या गोडीगुलाबीनं वागू लागल्या. त्यांच्याही कामाचा भार हलका झाला. भावजयीच्या मंगळागौरीचं आमंत्रण द्यायला आल्या. त्या खुशीतच म्हणाल्या, ''डॉक्टर, डोकेदुखी पार पळवलीत हं तुम्ही.''

पाहा, पत्नीच्या स्वयंपाकात, गृहव्यवस्थेत बारीकसारीक खोड्या काढून रागावणारे पती, सतत खेकसत राहणारा बॉस, आदींना 'बीच' देणं जमत का ते!

■■■

झाकोळलेले आत्मतेज!

४. सेंच्युरी (Centuary)

आत्मतेज, आत्माभिमान हरवून बसलेल्या व्यक्ती, इतरांच्या इच्छेचे गुलाम, दुसऱ्या व्यक्तीच्या दबावाखाली झाकोळलेलं व्यक्तिमत्त्व.

आपल्या सभोवती अनेक प्रकारची माणसं आढळतात. मागील लेखात आपण 'बीच' टाईपच्या व्यक्तींचा स्वभावधर्म पाहिला. 'बीच' टाईपच्या व्यक्ती इतर लोकांवर वर्चस्व गाजवणाऱ्या असतात, तर याच्याविरुद्ध स्वभावाच्या व्यक्तींना 'सेंच्युरी' (Centaury) या औषधाची गरज असते. अशा प्रकारची वर्चस्व गाजवणारी व्यक्ती घरात असेल, तर त्याच्यावर अवलंबून असणाऱ्या व्यक्ती, विशेषतः लहान मुलं आपलं व्यक्तिमत्त्व हरवून बसतात. स्वतःचं असं काही मतच प्रदर्शित करू शकत नाहीत! 'भीक नको; पण कुत्रा आवर' या न्यायानं राग, आरडाओरडा सहन करण्यापेक्षा तो/ ती म्हणेल ते करणं बरं! असं वाटू लागतं. तसं करणं भाग पडतं आणि मग हळूहळू, विशेषतः लहानपणापासून अशी वागणूक मिळाली असल्यास, दुसरा म्हणेल तसं करणं हाच त्या व्यक्तीचा स्वभावधर्म बनतो. एकदाचा तसा स्वभाव झाला, की मग सर्वच व्यक्तींच्या बाबत घरात, बाहेर मित्रमंडळींत काही व्यक्ती कुणी काही म्हणेल त्याला मान तुकवते. स्वतःचं मतप्रदर्शन करणंच जणू विसरून जाते. सेंच्युरी टाईपचे लोक वादविवाद करणार नाहीत. इतकंच नव्हे; तर कधी कधी स्वतःचं बरोबर असलेलं

म्हणणंही इतरांना पटवून देऊ शकणार नाहीत. स्वतंत्र अशी कृती करणार नाहीत. कुणी म्हणेल त्याच्या विरुद्ध तर कधीच बोलणार नाहीत. खरं म्हणजे, अशा व्यक्ती हुशार, क्रियाशील असतात; पण इतरांच्या इच्छा, मते यांना बळी पडून स्वतःचं तेज, शक्ती घालवून बसतात. त्यांची बहुतांश शक्ती ही कुणाच्यातरी आज्ञा पाळण्यात व्यर्थ खर्च होत असते. स्वतःचं ध्येय, स्वतःची इच्छी पुरी करण्यासाठी वेळ, श्रम, आत्मशक्ती उरतच नाही आणि हे सर्व करतात ते स्वतःला आवडतं, करावंसं वाटतं म्हणून नाही, तर इतरांच्या इच्छेला बळी पडून! यांमुळे अशी व्यक्ती जीवनातील आनंद गमावून बसते, स्वातंत्र्य गमावून बसते. त्यांच्या स्वभावाचा अनेक जण फायदा घेतात. त्यांना स्वतःसाठी राबवतात. कधी कधी त्यांना अक्षरशः 'ओझ्याचा बैल' म्हणतात, त्यांना तसं राबवतात. कारण कसंही राबवा, या व्यक्ती कोणतीही गोष्ट नाकारणार नसतातच.

अशी अनेक उदाहरणं सापडतील. अशी व्यक्ती सहसा मनाप्रमाणे व्यवसाय निवडणार नाही. वडिलांच्याच व्यवसायात मदत करेल किंवा आई-वडील म्हणतात म्हणूनच केवळ एखाद्या कोर्सला जाईल, मग त्याची आवड असो वा नसो, स्वतःचं ध्येय, इच्छा बाजूला सारील. आजारी आई-वडील यांची सेवा, भावंडांची जबाबदारी इत्यादी कारणांसाठी म्हणून कधी कधी आवश्यक नसतानाही, त्यातच गुरफटून जाऊन लग्नाशिवाय राहतील. त्यांचा परोपकार आंतरिक इच्छेनं नसतो, तर जणू ते इतरांच्या इच्छांचे गुलाम असतात अन् या लादून घेतलेल्या ओझ्यापायी ते थकून, गळून गेलेले असतात, जणू त्यांच्यातील रसच कुणीतरी शोषून घेतलेला असतो. आम्रवृक्षावर वाढणाऱ्या बांडगुळासारखा. या बांडगुळांमुळे त्या वृक्षाला आत्मतेजाची फळंच धरत नाहीत.

अशा व्यक्तींना 'सेंच्युरी' दिलं, तर त्यांचं व्यक्तिमत्त्व पुन्हा विकसित होईल. इतरांसाठी ते करतील; पण स्वेच्छेनं. त्यांच्या प्रभावामुळे नव्हे; तर स्वतःला पटतं, योग्य वाटतं, करावंसं वाटतं म्हणून. स्वतःची मतं तडफदारपणे मांडू शकतील. इतरांच्या अयोग्य मतांचा प्रभाव त्यांच्यावर पडणार नाही. स्वतःचं ध्येय पूर्ण करून 'आत्म'बाबतही आपलं काही कर्तव्य असतं याची जाणीव त्यांना राहील. इतरांच्यात मिसळले, त्यांच्या मतांना योग्य तो मान दिला तरी स्वत्व, स्वातंत्र्य, व्यक्तिमत्त्व जपतील. प्रत्येक गोष्टीत आपल्या व्यक्तिमत्त्वाचा, वैशिष्ट्यांचा ठसा उमटवतील आणि यांमुळे सदा उत्साही राहतील.

खूप दिवसांच्या आजारपणानंतर येणारा अशक्तपणा इतक्या दिवसांच्या परावलंबित्वामुळे येणारा अनुत्साह, नैराश्य यासाठीही सेंच्युरी हे उत्तम औषध आहे.

अशा प्रकारच्या स्वभावधर्मामुळे सतत दडपणाखाली राहून निर्माण होणारे मनोजन्य शारीरिक आजारही या औषधानं बरे होतील.

याच प्रकारची काही व्यवहारातील उदाहरणं आपण लक्षात घेऊ.

हे पाहा. एक पत्र– सौ. मीना लिहिते,

माझ्या सासूबाई अत्यंत कडक (dominating) स्वभावाच्या आहेत. मला खरं म्हणजे माझं मत, सूचना त्यांच्यासमोर सांगण्याची भीती वाटते. मला एखाद्या ठिकाणी जावं असं खूप वाटत असतं, लग्नाआधीचे छंद जोपासावे वाटतात, एखाद्या दिवशी अमुक पदार्थ करावा असं वाटतं इत्यादी. पण मी ते सांगू शकत नाही. दिवसभर त्या म्हणतील ते करत राहते. स्वतःसाठी असा वेळ देऊ शकत नाही. दिवसभर काम करत राहून थकून जाते. मन आंबून जातं. खूप निराशा वाटते. परवा सहज माझी एक बालमैत्रीण घरी आली व काही खरेदीसाठी आपल्याबरोबर चल म्हणाली. मलाच तिच्याशी गप्पा मारायच्या होत्या; पण सासूबाई 'जाऊ नको' म्हणाल्यावर मी गप्प बसले; पण इतक्यात माझे पती ऑफिसमधून आल्यावर त्यांनी मुद्दाम मला तिच्याबरोबर पाठवलं. मला खूप आनंद झाला. तिच्याबरोबर काही वेळ घालवून घरी आल्यावर इतकं छान वाटलं. माझा थकवा कुठल्या कुठं पळाला. जवळ जवळ रोजच दुखणारं डोकं त्या दिवशी दुखलं नाही; पण हे असं एखाद्या वेळीच घडतं. मला वाटतं ते मी कधीच सांगू शकत नाही... सध्या मला Low Blood Pressureचा त्रास होतो. भोवळ येते. भूक लागत नाही. अन्न पचत नाही. छातीत जळजळतं... इत्यादी.

पाहा, सेंच्युरी टाईपची व्यक्ती! 'सेंच्युरी' सतत तीन–चार महिने घेतल्यावर या तक्रारी तर कमी झाल्याच; पण सूनबाईंनी पुन्हा गाण्याचा क्लास जॉइन केला. जीवनातील हरवलेला आनंद त्यांना मिळालाच; पण सासूबाईंनीही आपलं धोरण बदललं. त्यांना बदलणं भाग पडलं.

जयश्री प्रौढ कुमारिका. दोन्ही लहान बहिणींची लग्नं करून देऊन आपल्या पॅरालिसिस झालेल्या वडिलांची सेवा करणारी. थकून, गळून गेलेली. सर्व कर्तव्यं पार पाडून झाल्यावरही या वयात, ती जेव्हा प्रेमात पडली, तेव्हा आपली संसार मांडण्याची इच्छा ती वडिलांजवळ बोलून दाखवू शकेना. तिचं सतत तोंड यायचं, पोटदुखी तर जडली होतीच अन् औषधांनी तात्पुरतीच कमी केली होती. मग सेंच्युरी दिलं अन् या सर्व तक्रारी कमी झाल्या आणि वडिलांना आपली इच्छा सांगण्याचं मानसिक धैर्य, बळही आलं. आपली इच्छा योग्य आहे, फक्त वडिलांची जबाबदारी आपण लग्नानंतरही निभावू असा तिनं योग्य निर्णय घेतला. हा स्वतंत्र निर्णय निर्भीडपणे आपल्या भावी पतीलाही सांगितला. नंतर आली ती लग्नानंतर छोट्या बाळाला घेऊनच. पोटदुखीच्या विकारानं पुन्हा डोकं वर काढलंच नाही, कारण मुळावर घाव बसला होता.

ऐकावं जनाचं-करावं मनाचं

५. सिरॅटो (Cerato)

इतरांच्या प्रभावानं अनिर्णय, स्वतःचं ठाम मत नाही, यांमुळे निर्णय घेणं कठीण जातं.

आपण या प्रकरणात 'बॅच फ्लॉवर रेमेडीज' पैकी 'सिरॅटो'(Cerato) या औषधाची माहिती घेणार आहोत. सेंच्युरी टाईपच्या व्यक्ती आपलं व्यक्तिमत्त्व, आत्मतेज हरवून बसलेल्या असतात आणि म्हणून इतर व्यक्तींच्या प्रभावानं वागतात. स्वतःचे निर्णय घेऊच शकत नाहीत. त्यांना स्वतःचं असं मत नसतं, तर 'सिरॅटो' टाईपच्या व्यक्ती, यापेक्षा भिन्न स्वभावाच्या असतात.

अशी व्यक्ती हुशार असते. विचारी असते. त्यांची स्वतःची विशिष्ट मतं असतात; पण तरीही स्वतःच्या कर्तृत्वावर त्यांचा विश्वास नसतो. सारासार विचार करून योग्य निर्णय घेतील; पण कुणीतरी सांगितलं म्हणून त्या निर्णयाविरुद्ध अगदी मूर्खासारखं वागतील. आणि नंतर मग चुकीच्या निर्णयाचे काही वाईट परिणाम झाले की म्हणतील, 'मी असं असं करायला पाहिजे हे खरं म्हणजे मला माहीत होतं.' हे असं मग स्वतःचं खोटं सांत्वन करून घेतील. उदा., एका पेशंटनं लिहिलं होतं, 'माझ्या एका मित्रानं तब्येत सुधारण्यासाठी म्हणून मला अंडी खायला सांगितली आणि त्यामुळे माझ्या सर्व

तक्रारी पुन्हा सुरू झाल्या आहेत. डॉक्टर, खरं म्हणजे मला चांगलं माहीत होतं, की अंडी मला लहानपणापासून कधीच पचत नाहीत.'

क्वचितच; पण कधी कधी ही व्यक्ती इतर अनेकांना एखाद्या गोष्टीबद्दल त्यांचं मत, त्यांचा उपदेश विचारेल आणि नंतर मग स्वतःच्या मताप्रमाणे निर्णय घेईल; पण तो योग्य आहे ना याची खात्री वाटत नसल्यामुळं प्रत्येकाला त्यांचं मत विचारण्याचा उपद्व्याप!

निर्णय बदलणं शक्य असेल, तर ते कोण भेटेल तो सांगेल त्याप्रमाणे आपण निर्णय बदलतील आणि तसे वागत राहतील. उदा., आजारी असतील, तर त्यांना अगदी खात्री असते की अमुक औषधानं मला नक्की बरं वाटेल; पण हे कुठपर्यंत तर आणखी कुणीतरी त्यांना येऊन सांगेपर्यंत, की 'अरे, तो अमुक डॉक्टर याच्यावर अगदी रामबाण औषध देतो बघ! त्या अमक्या तमक्याला अगदी दोन दिवसांत बरं वाटलं.' लगेच ते पूर्वीचं औषध बंद करून त्या डॉक्टरकडं जातील. पुन्हा आणखी कुणी सांगितलं म्हणून तो डॉक्टर सोडून तिसराच डॉक्टर गाठतील.

हे लोक खूप बडबडे असतात. सारखं काहीतरी विचारत राहतील आणि इतरांना 'नको' करतील. स्वयंपूर्ण आणि निश्चित स्वरूपाचा निर्णय स्वतःचा स्वतः घेऊ शकणाऱ्या लोकांबद्दल सिरॅटो टाईपच्या व्यक्तींना अत्यंत आदर वाटतो; पण शेवटी आपल्या स्वभावानुसार ते अशा व्यक्तींचं अनुकरण करणं सुरू करतात. तेही काही दिवसच दुसऱ्या 'आदरणीय' व्यक्तीची गाठ पडेपर्यंत.

अशा व्यक्तींना 'सिरॅटो' दिल्यास मात्र त्यांची अशी मनःस्थिती बदलू शकेल. सारासार विचारबुद्धी, चांगला-वाईट परिणाम जाणण्याची क्षमता वाढेल. एखाद्या कृतीचा योग्य-अयोग्यपणा लक्षात घेऊन कोणत्याही बाबतीत आत्मविश्वासानं योग्य स्वरूपाचा ते निर्णय घेऊ शकतील. मग असा स्वयंपूर्ण निर्णय घेतला, तोही बुद्धीच्या निकषांवर घासून की मग कुणी त्याविरुद्ध कसे का होईना; मत देईना. ते आपल्या निर्णयाला चिकटून राहतील. कुणीतरी म्हणतो म्हणून आपला निर्णय बदलणार नाहीत.

आता काही व्यावहारिक उदाहरणं

अजित एक प्रथितयश डॉक्टरचा एकुलता एक मुलगा. त्या वेळी त्यानं नुकतीच एम.बी.बी.एस.च्या पहिल्या वर्षाची परीक्षा दिली होती. त्याच्या चेहऱ्यावर निराशा, वैतागाचे भाव अगदी स्पष्ट दिसत होते. त्याला अर्धशिशी-मायग्रेनचा असह्य त्रास वरचेवर होत होता. थोडी चौकशी केल्यावर त्यानं सांगितलं, की मला डॉक्टर होण्याची जराही आवड नाही आणि कधीच नव्हती. मला इलेक्ट्रॉनिक्समध्ये इंटरेस्ट

आहे म्हणून इंजिनिअर व्हायचं होतं; पण वडिलांच्या इच्छेखातर स्वतःच्या मनाविरुद्ध असतानाही मला मेडिकल कोर्सला जावं लागलं. अर्थात, मीही लगेच संमती दिली. त्यांनी फार दडपण वगैरे आणलं होतं असं नाही; पण प्रत्येकाची इच्छा तीच होती की मी डॉक्टर व्हावं, घरचं मोठं हॉस्पिटल चालवावं. ही अपेक्षा चूक आहे असं नव्हे; पण मला त्यात इंटरेस्ट नाही. (पाहा. सिरॅटो टाईपच्या लोकांना चूक काय, बरोबर काय याची किती जाणीव असते. कळतं; पण वळत नाही असंच काहीसं होतं.) अजितच्या अर्धशिशीचं हेच कारण होतं. स्वतःच्या मनाविरुद्ध इंटरेस्ट नसताना तो मेडिकलचा अभ्यास करत होता आणि औचित्य, समाधान वाटत नसलेल्या या व्यवसायात आयुष्यभर पडावं लागणार याची जाणीव सतत मनावर ताण, यांमुळे त्याला मायग्रेनसारखी सायकोसोमॅटिक (Psycho somatic disease) मानसिक तणावांमुळे जडलेले शारीरिक आजार) तक्रार सुरू झाली. (पाहा., सिरॅटो टाईपच्या व्यक्तींना कृती केल्यानंतर वाटू लागतं, 'मी असं न करता तसं करायला पाहिजे होतं. हे खरं म्हणजे मला माहीत होतं.' व नंतर मनाविरुद्ध कृती केल्याचा ताण त्यांच्यावर येतो.) अजितला सिरॅटो तर दिलंच; पण मानसिक ताणामुळे त्याला आलेला चिडखोरपणा दूर करण्यासाठी इम्पेशन्स (Impatiens) हे औषधही दिलं.

यामुळे प्रथम त्याच्या मनाला एक प्रकारचा शांतपणा व स्थैर्य आलं. वडिलांना सांगून लवकरच त्यानं इलेक्ट्रॉनिक्सच्या कोर्सला ॲडमिशन घेतली. मेडिकल कोर्समध्ये घालवलेलं दीड वर्ष फुकट जाणार ते जाऊ दे; पण आयुष्यभर आवडीचं नसलेलं काम करणं नको, असा स्वयंपूर्ण निर्णय त्यानं घेतला. मायग्रेनचा त्रास आपल्याला होत होता, हेही तो विसरून गेला. 'शेवटी ऐकावं जनाचं, करावं मनाचं' हे खरं नाही का?

■■■

माझे मला कळेना

६. चेरी प्लम (Cherry Plum)

विदीर्ण, दुःखी मनःस्थिती, आपल्या मनावरील स्वतःचाच ताबा सुटेल आणि आपण चुकीची, नको ती गोष्ट करून टाकू अशी भीती वाटते. आत्महत्येची भीती, वेडेपणाची भीती.

कधी कधी माणसाला परिस्थितीचं शिकार बनावं लागतं. नियतीच्या विषारी बाणांनी घायाळ व्हावं लागणं, दुःख, आपत्तीच्या या धक्क्यातून सावरणं कठीण जाणं, मन अत्यंत विदीर्ण होऊन जाणं, अशा प्रकारे होणाऱ्या दुःखद मनःस्थितीसाठी आपण 'ॲग्रिमनी' हे औषध अभ्यासलं. आता आणखी एका औषधाची माहिती घेऊ.

प्रत्येक माणसाच्या मनाची जडणघडण वेगळीच असते, सहनशक्तीही वेगवेगळी असते, त्यामुळे एकाच प्रकारचं दुःख असलं, तरीही प्रत्येक व्यक्तीची प्रतिक्रिया भिन्न आढळते. यामुळेच 'चेरी प्लम' (Cherry Plum) या औषधाची लक्षणं 'ॲग्रिमनी' या औषधापेक्षा पूर्णपणे विभिन्न वाटतील.

दुःखाच्या आघातानं या माणसांची सारासार विचारशक्ती नष्ट झाल्यासारखी असते. मानसिकदृष्ट्या ते पार कोलमडून गेलेले असतात. जीवनाबद्दलची आसक्ती नष्ट झाल्यासारखी असते. आत्महत्येचे विचार मनात डोकावत राहतात.

एका पेशंटनं लिहिलं होतं, 'पतिनिधनाचा घाला माझ्यावर पडला आणि तेव्हापासून मला अत्यंत नैराश्य आलं आहे. जीवनात रस नाही आणि अत्यंत भीतिदायक गोष्ट

म्हणजे आत्महत्या करून या दुःखी जीवनाचा शेवट करावासा वाटतो. माझी मुलं लहान आहेत आणि मी असं काहीतरी भयानक केलं, तर ती उघड्यावर पडतील हे पटतं; पण आत्महत्येचे विचार सारखे मनात घोळत राहतात.'

दुसऱ्या एका ॲक्सिडेंटमध्ये पाय निकामी होऊन सतत तीन वर्षं अंथरुणावर खितपत पडलेल्या पेशंटनं लिहिलं होतं, 'मला भीती वाटते, की निराशेच्या भरात कदाचित मी माझं जीवन संपवून टाकेन, आत्महत्या करेन.'

कधी कधी हे नैराश्य अगदी पराकोटीला जातं. या असह्य मानसिक तणावाखाली वावरत असताना त्या माणसाला भीती वाटू लागते, की आपला आपल्या मनावरचा ताबा तुटून आपण काहीतरी भीतिदायक कृती तर करणार नाही, असं काहीतरी की मनाच्या सुस्थितीत एक क्षणभरदेखील तसा विचार सहन होणार नाही. उदा., एका पेशंटनं मला सांगितलं, की कधी कधी माझी मला भीती वाटू लागते अगदी नको-नको ते विचार मनात येतात, की त्या भरात की माझ्या बाळाला काही इजा करेन अशी भीती वाटते. राग इतका येतो की वाटतं, माझ्या पतीला मी इजा करेन.

दुसऱ्या एका पेशंटनं सांगितलं, 'डॉक्टर मला भीती वाटते हो, की माझ्या मनावरचा ताबा सुटून मी वेडी होईन.'

भाऊबंदकीच्या भांडणात सर्व इस्टेट गेल्यानंतर गरिबी सहन करावी लागली आणि पैशाअभावी योग्य औषधोपचार करता न आल्यामुळे, एकुलत्या एक मुलाचा बळी गेला. अशा परिस्थितीत जीवनावरचा विश्वास उडालेल्या एका पित्यानं लिहिलं होतं, 'डॉक्टर मला धास्ती वाटते, की या निराशेच्या, दुःखाच्या भरात मी कुणाचातरी खून करीन.' **स्वतःच्या मनावरील ताबा सुटून आपण काहीतरी भयानक कृती करू अशी भीती वाटणं** हे 'चेरी प्लम' या औषधाचं वैशिष्ट्य आहे.

या विरुद्ध स्वभावाचं उदाहरण म्हणजे 'मर्यादा पुरुषोत्तम श्रीराम!' अनेक अप्रिय, दुःखकारक, क्लेशदायक घटना घडल्या, तरी श्रीरामाच्या मनाचं स्थैर्य ढळलं नाही. पित्याचा मृत्यू, राज्याभिषेकाऐवजी वनवासाचं दुःख सहन करत असताना भरत भेटायला येतो आहे हे समजल्यावर ते लक्ष्मणाप्रमाणे जराही क्रोध व्यक्त करत नाहीत. शांत मनानं विचार करू शकतात म्हणूनच भरताच्या बंधुप्रेमाची महत्ता जाणू शकतात आणि पित्याच्या वचनाचं, आज्ञेचं पालन हेच चारही भावांचं कर्तव्य आहे असं सांगू शकतात. अत्यंत दुःखद प्रसंगातून जात असतानाही मनाची स्थितप्रज्ञता कायम राखणं हे वाटतं तितकं सोपं नव्हे, म्हणूनच 'रामायणा'तील प्रत्येक आचारविचारात केवळ देवत्वाची प्रचिती येत राहते.

'चेरी प्लम' या औषधामुळे घायाळ मनःस्थितीतून बाहेर पडण्यास मदत होते. मानसिक स्थैर्य येतं.

आता व्यवहारातील काही उदाहरणं पाहू या

सरोजिनीबाई. वय ५५ वर्षं. पक्षाघाताचा झटका आला आणि उजवा हात व पाय निकामी झाला; पण योग्य औषधोपचारांनी त्या हळूहळू सुधारत होत्या. घरी करणारं तसं कोणी नाही म्हणून त्यांनी नात्यातील एका विधवा बाईला बोलावून घेतलं. तथापि, सर्व काही व्यवस्थित करत असूनसुद्धा त्यांचं काही पटेना. रोजचा आरडाओरडा. चिडचिड होऊ लागली. एकदा तर सरोजिनीबाईंनी हातातील ताटच त्या बाईच्या अंगावर फेकलं. शेवटी कंटाळून ती बाई निघून गेली. त्यानंतर दोन महिन्यांत तीन-चार नोकर झाले, कुणीच टिकेना; पण घरातील माणसं, नोकर, शेजारीपाजारी सर्वांच्याच बाबतीत सरोजिनीबाई अशा वागत. कुणी भेटायला येणंही बंद झालं. एकदा तर 'मी कुणाला नको आहे. झोपेच्या गोळ्या घेऊन मेलेलं बरं' असा विचार मनात येऊन त्यांनी गोळ्या घेण्याचा प्रयत्नही केला; पण नंतर त्यांची त्यांनाच भीती वाटली. आपण असं काहीतरी करून बसलो तर... मनावरील ताबा सुटणं इत्यादी लक्षणावरून सरोजिनीबाईंना 'चेरी प्लम' दिलं. तीन-चार महिन्यांत मनःस्थिती सुधारली आणि शारीरिकदृष्ट्याही त्यांची प्रकृती भराभर सुधारत गेली.

माधुरी. वय २६-२७ वर्षं. प्रेमविवाह झाला. चार वर्षांत दोन मुलंही झाली. प्रेमविवाह माहेरच्या लोकांची संमती नसताना झालेला, त्यामुळे माहेरचा आधार तुटल्यासारखाच. नवरा व्यसनी झाला. घरचं सांभाळून माधुरीनं नोकरी करायची, स्वतःचं, मुलांचं पोट भरायचं. दारू, जुगारासाठी ती पैसा कुठून देणार? मारहाणही सुरू झाली. शेवटी नाइलाजानं तिनं घटस्फोटासाठी अर्ज केला. घटस्फोटही मिळाला. संसाराची सुंदर स्वप्नं धुळीस मिळाली. याचा परिणाम तिच्या मनावर झाला. तिनं सांगितलं, 'डॉक्टर, मला खूप निराश वाटतं. कोणत्याच कामावर मन एकाग्र होत नाही. विचित्र विचार मनात येतात. हातपाय थरथरतात. आत्महत्येचे विचार मनात घोळतात; पण मुलांकडे पाहून माझी मलाच भीती वाटते, की मी असं काहीतरी करून तर घेणार नाही ना? मुलांना बाप तर नाहीच; पण आईचं सुख मिळतं तेही नाहीसं होईल. डॉक्टर; पण तरीही माझा माझ्यावर ताबा राहणार नाही अशी भीती वाटते. माझं मलाच कळत नाही काय होतं आहे ते!'

चेरी प्लम दिलं अन् तीन-चार महिन्यांत परिस्थितीचे चटके सहन करण्याचं मनोबल माधुरीला आलं.

■■■

पालथ्या घड्यावर पाणी

७. चेस्टनटबड (Chestnutbud)

पुनःपुन्हा त्याच चुका, ग्रहणक्षमता, स्मरणशक्ती कमी, पूर्वानुभावरून, चुकांवरून शिकत नाहीत. जीवनात अपयश!

या प्रकरणात आपण चेस्टनटबड (Chestnutbud) या औषधाची वैशिष्ट्यं अभ्यासणार आहोत. काही माणसं आयुष्यात त्याच-त्याच चुका पुन्हा करताना आढळतात. **मागील अनुभवावरून केलेल्या चुकांवरून 'धडा' घेऊन पुढील कृती करताना पुनः पुन्हा तीच कृती करणं टाळावं, हे त्यांना जमत नाही.** अर्थात, हे त्यांच्या हातून आपोआप होत राहतं. कधी उदासीनपणामुळे, कधी दुर्लक्ष केल्यामुळे घाई-गडबडीत कृती केल्यामुळे किंवा कधी कधी आपल्या कृतींचा मागोवा घेताना पुरेशी निरीक्षणशक्ती नसल्यामुळे त्याच चुका परत केल्या जातात. पूर्वायुष्यातील दुःखद आठवणी विसरणं योग्यच; पण त्याचबरोबर आपण पूर्वायुष्यात 'काय चुकलो' हे जाणून घेऊन, त्यावर विचार करून या चुका सुधारून पुढील आयुष्य सुखकारक करणंही तितकंच महत्त्वाचं असतं, नाही का?

ज्यांना या औषधाची अजिबात गरज नाही असे लोक कसे असतात, पाहू या. अशा व्यक्तींची निरीक्षणशक्ती अतिशय उत्तम असते. विशेषतः आपण ज्या कृती केल्या, त्या करताना आपल्या कोणत्या चुका झाल्या आहेत हे ते अलिप्तपणे

पाहू शकतात. कारण शेवटी To err is human हे त्यांना माहीत असतं. आपल्या प्रत्येक चुकीच्या कृतीतूनही ते ज्ञान आणि शहाणपणा शिकत असतात आणि त्याचा उपयोग करून आपला वर्तमानकाळ सुधारतात, उज्ज्वल बनवतात. डॉ. बॅच म्हणतात, '**हे औषध आपल्या दैनंदिन आयुष्यातील अनुभवांचा पुरेपूर उपयोग करून घेण्यासाठी, आत्मनिरीक्षणासाठी, आपल्या चुका अलिप्तपणे पाहण्यासाठी आणि त्या सुधारण्यासाठी मदत करते.**'

सुशीलाबाई. वय ५० वर्षं. पतिनिधनानंतर कष्ट करून दोन्ही मुलांना वाढवलं. मुलीचं लग्न करून दिलं. ती सुखात होती; पण मुलगा मात्र दिवटा निघाला. एकुलता एक मुलगा म्हणून सुशीलाबाईंनीही त्याचे थोडे अवाजवी लाड केले म्हणा ना! प्रत्येक वेळी त्या त्याच्या दोषांवर, दुष्कृत्यांवर पांघरूण घालत आल्या. त्यानं शिक्षण तर अर्धवट सोडलंच; पण लबाड्या, पाकीटमारी, सिनेमाची तिकिटं काळ्या बाजारानं विकणं इ. धंदे करू लागला. सिगारेट, दारू तर काय विचारूच नका. घरी आल्यावर आयतं बसून जेवायला मिळत होतंच. आणखी थोडासा हट्ट, बळजबरी केली की पैसेही मिळत होते. इकडे सुशीलाबाई मात्र असह्य डोकेदुखीनं हैराण होत होत्या. मुलगा असेना पोटचा; पण त्यालाही योग्य वेळी योग्य तो धडा शिकवणं आवश्यक आहे व या गोष्टीचा मनस्ताप होऊनच आपलं डोकं दुखतं, हे त्याच्या लक्षात येत नव्हतं. हल्ली तर मुलगा चार-चार दिवस बाहेरच राहत होता. मधूनच कधीतरी घरी येत होता. अर्थात, पैशांसाठी! तो घरी आला, की सुशीलाबाईंच्या पायाला झालेला इसब डोकं वर काढत होता; पण आईची माया म्हणून त्या गप्प राहत होत्या. या **अनुभवांवरून शहाणं न होण्याची वृत्ती** आणि आपला आजार कशामुळे होतो आहे हे न समजणं यावरून त्यांना 'चेस्टनटबड' दिलं. डोकेदुखीचं प्रमाण कमी झालं. आणखी दोन महिन्यांचं औषध घेऊन कुलूप ठोकून सुशीलाबाई मुलीकडे राहायला गेल्या. त्यांच्या पायावरील इसबही बरा झाला. दोन महिन्यांत पोटाला चिमटा बसल्यावर व पोलिसांचे फटकेही अधूनमधून खाल्ल्यावर चिरंजीवही वळणावर आले.

अनेक सायकोसोमॅटिक आजारांत या औषधाचा उपयोग होतो.

मंजिरी. वय २३ वर्षं. एम.ए. झाल्यावर कॉलेजमध्ये लेक्चरर म्हणून काम करू लागली. तेव्हापासून तिला सर्दीचा अतिशय त्रास होऊ लागला. सकाळी डोकेदुखी, शिंका, नाक गळणं इत्यादींनं ही हैराण व्हायची. कधी कधी तर त्यामुळे कॉलेजही चुकायचं; पण अशा वेळी कामाचा ताण नसला की तिला बरं वाटायचं. तिनं सांगितलं, की खरं म्हणजे अशा प्रकारे नोकरी वगैरे करण्याची तिला आवड नाही.

ही नोकरी अप्रत्यक्षरीत्या तिच्यावर लादली गेल्यासारखी; पण न आवडणारं काम करावं लागत असल्यामुळे हा सर्दीचा त्रास होतो आहे हे तिच्या लक्षात येत नव्हतं! मग 'चेस्टनबड' दिलं. दोनतीन महिने तिनं औषध घेतलं. काही दिवसांनी तिनं येऊन सांगितलं. 'डॉक्टर मी ती नोकरी सोडली.' तिची एंगेजमेंटही झाली होती. नवऱ्याला घर सांभाळणारीच बायको हवी होती. मंजिरी खुशीत होती. सर्दी होणं तर केव्हाच बंद झालं!

आठ–दहा वर्षांची सोनाली. खरं म्हणजे तशी हुशारच होती; पण क्लासमध्ये नेहमी नंबर खाली. परीक्षेत मार्क्सही खूप कमी पडायचे. शाळेत जाताना तिची पुस्तकं, वह्या, इतर सामान, डबा या सर्व गोष्टी नीट घेऊन जा म्हणून तिला आठवण करायला लागायची. होमवर्क काय करायचा ते लिहून आण, म्हणून रोज आईची ओरड. या साध्या गोष्टी खरं म्हणजे! सोनाली वयाच्या चौथ्या वर्षापासून शाळेत जात होती; पण अनेक गोष्टी तिला पुनःपुन्हा सांगायला लागायच्या. शाळेत रोज काहीतरी विसरूनच ती घरी यायची. कधी कधी रस्ताही चुकायची.

खरं म्हणजे सरावानं आपोआप करता येण्यासारख्या या सर्व गोष्टी; पण सोनालीला त्या शिकणं जमत नव्हतं. याबरोबरच तिला वरचेवर एक प्रकारच्या त्वचारोगाचाही त्रास होत होता. 'चेस्टनटबड' दिलं अन् हळूहळू सोनालीनं शाळा, अभ्यास या बाबतीत तर प्रगती केलीच; पण तिचा त्वचारोगही बरा झाला. कितीही वेळा सांगितलं, तरी 'पालथ्या घड्यावर पाणी' ही तिची स्थिती आता राहिली नाही.

■■■

प्रेमा तुझा रंग कसा ?

८. चिकोरी (Chicory)

आत्मकेंद्रित व्यक्ती, सतत स्वतःविषयी बोलत, बडबडत असतात. अहंभावी, जवळच्या व्यक्तीवर अंमल गाजवणं, इतरांकडून प्रेम, सहानुभूतीची अपेक्षा, लक्ष स्वतःकडेच वेधून घेण्याचा सतत प्रयत्न.

निःस्वार्थी प्रेम करण्याची वृत्ती, दुसऱ्यासाठी काहीतरी करण्याची इच्छा तशी अनेकांच्यात आढळते; पण प्रत्येक व्यक्तीत ती असेलच असं नाही. काही व्यक्तींच्या बाबतीत हा प्रेमाचा स्रोत एकाच दिशेनं वळलेला असतो. या व्यक्ती फक्त स्वतःवर प्रेम करतात. प्रेमाच्या प्रवाहाला हा एकच दरवाजा खुला ठेवलेला असतो. दुसरा दरवाजा जणू बंदच असतो. दुसऱ्यावर निःस्वार्थी प्रेम करता येण्याची निसर्गानंच मनाला दिलेली देणगी या माणसांना साकारता येत नाही. **ते आत्मकेंद्रित असतात.** 'अहं'चा पुरेपूर आविष्कार त्यांच्या प्रत्येक भावनिक कृतीतून व्यक्त होत राहतो. तो 'प्रेम स्रोत' जणू गुदमरतो आणि याचा त्यांना व त्यांच्या सहवासातील व्यक्तींना त्रास होत राहतो. अशा व्यक्तींना 'चिकोरी' (Chicory) या औषधाची गरज असते.

'चिकोरी' टाईपच्या व्यक्तीच्या सहवासातील एका व्यक्तीचं हे पत्र पाहा. तो लिहितो, 'तिचा सूर नेहमीच तक्रारीचा असतो. या तक्रारी कधीही न संपणाऱ्या असतात. ती अतिशय आत्मकेंद्रित आहे. आपलं कुणाला कौतुक वाटत नाही, आपण करतो त्याची कुणालाही जाण नाही असंच तिला सारखं वाटत राहतं. अगदी छोट्या कारणांनी तिचा

'अहं' दुखावला जातो. एखादी सहल, निर्हेतुक कृतीसुद्धा मुद्दाम तिला दुखावण्यासाठी केली आहे असाच तिचा ग्रह होतो. तिच्या भावभावना जणू नासल्या आहेत.'

'चिकोरी' टाईपच्या व्यक्तींना दुसऱ्याच्या बारीकसारीक गोष्टींमध्येही लक्ष द्यायची सवय असते. आपल्या जवळच्या व्यक्तीवर त्या आपला अंमल गाजवत असतात. तथाकथित प्रेमाच्या व्यक्ती सतत आपल्या जवळ राहाव्यात असा त्यांचा आग्रह असतो. सहवासातील व्यक्तींच्या जीवनाला स्वतःला हवी ती दिशा या चिकोरी टाईपची व्यक्ती देत राहते. इतकेच नव्हे; तर त्यांनी स्वीकारलेला मार्ग जर वेगळा असेल, तर तो कसा चूक आहे हे दाखवून देत राहते. दुसऱ्यावर अशी सत्ता गाजवण्यात त्यांना एक अनामिक आनंद मिळत राहतो. आपण करत असलेल्या कर्तव्यांबद्दलच त्या सतत बोलत राहतील. चिकोरी टाईपच्या व्यक्ती विशिष्ट प्रकारेच बोलतात. उदा. 'जरा विचार करा. मी तुमच्यासाठी कायकाय करतो आहे त्याचा', 'मी तुमच्यासाठी करतो त्याची तुम्हाला जाण नाही.' चिकोरी टाईपच्या व्यक्तींच्या म्हणण्याप्रमाणे एखादी कृती, घटना घडली नाही की त्या जणू चवताळल्यासारख्या होतात, चिडतात, रागावतात अन् बायकांच्या बाबतीत म्हणाल तर रुदनास्त्र सोडतात. 'माझ्याशी कुणी कृतज्ञ नाही' असं म्हणून चिडतात, रडतात.

या व्यक्तींसाठी आवश्यक तेवढं लक्ष पुरवलं गेलं नाहीतर त्या फारच रागावतात. रडत-रडत निर्भर्त्सना करत राहतात. त्या म्हणतील तसं झालंच पाहिजे, नाहीतर इतर व्यक्तींची खैर नाही. स्वतःकडे इतरांचं लक्ष खेचून घेण्यासाठी काहीच मिळालं नाही, तर या व्यक्ती आजाराचं माध्यम शोधतात आणि सहानुभूती मिळवतात. अशा व्यक्तींच्या मुलांचे मात्र खरोखरच मानसिकदृष्ट्या हाल होतात. आई-वडिलांच्या अत्याग्रहामुळे व्यवसाय, अभ्यासक्रमसुद्धा आपल्या आवडीचा न निवडता आई किंवा वडिलांच्या मनाप्रमाणे त्यांना निवडावा लागतो. असं प्रत्येक बाबतीत घडत राहतं. उदा., पत्नीची निवड, नोकरी, राहण्याचं ठिकाण इत्यादी. सासू जर चिकोरी टाईपची असेल, तर सुनेचे हाल विचारू नका, कारण इतके दिवस आपल्या कह्यात असलेले 'चिरंजीव' आता सुनेच्या म्हणण्याला मान डोलवतात, तिच्याबरोबर अधिक वेळ घालवतात हे अशा सासूबाईंना सहन होणं शक्य नसतं. आक्रस्ताळेपणाची परिसीमा गाठतील त्या! 'बघ रे बाबा, मी तुझ्यासाठी इतकं केलं; पण तू आईला विसरलास. काल आलेली बायको तुला हवीशी झाली.' तारुण्यात समवयस्क पत्नीकडे अधिक ओढ असणं नैसर्गिक असतं हे या सासूबाई जराही समजून घेणार नाहीत. उलट, सून आणि मुलगा यांच्यात अंतर कसं राखता येईल, हेच पाहतील. अर्थात, प्रत्येक

माणसाला स्वतःकडे लक्ष द्यावं वाटणं साहजिकच असतं; पण चिकोरी टाईपच्या व्यक्तींच्या बाबतीत या 'वाटण्याचा' अतिरेक होतो.

अशी मनःस्थिती स्त्री-पुरुषात, सर्व वयोगटांत असू शकते.

आईचं लक्ष सतत आपल्याकडे राहावं म्हणून सतत बारीकसारीक तक्रारींनी आजारी पडणारी मुलं याचंच उदाहरण. अनेक वेळा दुसरं मूल झाल्यावर ते लहान असल्यामुळं आईचा वेळ त्याचं करण्यात अधिक जातो आणि त्यामुळे दुर्लक्षल्यासारखं वाटून मोठ्या मुलाच्या बाबतीत वरील प्रकार घडतो.

आणखी एक उदाहरण. एका पेशंटनं लिहिलं होतं : 'माझ्या छोट्या मुलाला पाचगणीत शिकण्यासाठी ठेवणार आहे आणि हे मी कसं सहन करू शकेन कळत नाही. घर अगदी सुनं-सुनं वाटेल तो गेल्यावर. मला त्याची इतकी आठवण येईल, की मी कसे दिवस काढीन याची मला काळजी लागून राहिली आहे.' पाहा सकृद्दर्शनी यात आईचं मुलाबद्दलचं प्रेम व्यक्त होत आहे; पण थोडा आणखी विचार करून पाहा बरं, की वस्तुतः इतका छोटा मुलगा सवय नसताना इतक्या लांब आई-वडिलांना सोडून राहणार, त्याचं नवीन जीवन सुरू होणार. तो थोडासा घाबरेल, एकटं राहावं लागतं म्हणून रडेल, नवीन परिस्थितीशी जमवून घेताना, नवीन वातावरणात सामावून जाताना त्याला थोडा त्रास होईल, या बाबतीत काळजी वाटण्याऐवजी माझं कसं होईल, मला किती वाईट वाटेल याचीच काळजी मुलाच्या आईला लागून राहिली आहे.

चिकोरी टाईपच्या व्यक्तीचं 'प्रेम' हे असंच असतं. सकृद्दर्शनी असंच वाटतं, की या व्यक्ती जे काही करत आहेत ते फक्त दुसऱ्याच्या सुखासाठी आहे; पण खरं पाहता त्या आपल्या 'आत्म'ची तृप्ती करण्याच्या नादात अशा वागतात, की त्यामुळे त्यांच्या प्रेमाचा वर्षाव होत असलेल्या व्यक्तीला सुख-समाधान तर मिळत नाहीच; पण या 'प्रेमा'चा थोडासा त्रासच वाटू लागतो. **स्वतःचा 'अहं' जपताना दुसऱ्याचा आत्मसन्मान त्या पायदळी तुडवत राहतात.**

याच्या विरुद्ध स्वभाव म्हणजे दुसऱ्याच्या नकळत सहजपणे त्याची काळजी घेणाऱ्या (काळजी करतो असं दाखवणं म्हणजे काळजी घेणं नव्हे!) निःस्वार्थी प्रेम करणाऱ्या व्यक्ती.

आता आपण काही रुग्णांच्या हकिकती पाहू या.

माधुरी. वय सात वर्षं. दर मंगळवारी काही ना काही कारणानं आजारी पडायची. आजार फार मोठा नसला, तरी शाळेत न जाता, घरी राहण्याएवढा खास असायचा. नंतर चौकशी केल्यावर समजलं, की मंगळवारी निबंधाचा तास असायचा. निबंध

लिहिताना माधुरीच्या खूप चुका व्हायच्या आणि त्यामुळे मॅडम रागावल्या, की तिला अपमान झाल्यासारखं वाटायचं. माधुरीच्या मनानं यासाठी वेगळा मार्ग शोधला, की आजारी पडल्यामुळे शाळेत जाणं नको आणि अहंभाव दुखावला जाणं नको. माधुरीची प्रकृती सुधारण्यासाठी तिच्यात मानसिकदृष्ट्या सुधारणा होणं महत्त्वाचं होतं आणि हे 'चिकोरी' या औषधानं केलं.

राधिकाबाई. वय ५५ वर्षं विधवा. एकच मुलगा. नोकरीसाठी तो बाहेर राहणं आवश्यक होतं व काही दिवस तरी त्या गावी राधिकाबाईंना नेणं शक्य नव्हतं. जाण्याची तारीख ठरली अन् राधिकाबाई आजारी पडल्या. जाणं स्थगित करावं लागलं. असं एकदा-दोनदा नव्हे; तीन वेळा झालं. श्रीधरचे दोन-तीन महिने असेच गेले. शेवटी नोकरीची संधी सोडावी लागली आणि गावातच त्यानं एक नोकरी पाहिली; पण कमी पगाराची. श्रीधरचं लग्न ठरलं, साखरपुडाही झाला; पण लग्नाची तारीख ठरली आणि राधिकाबाई तापानं आजारी पडल्या. तारीख पुढे ढकलावी लागली. त्या बऱ्या झाल्या, हिंडूफिरू लागल्या अन् पुन्हा लग्नाची तारीख ठरवली. पुन्हा राधिकाबाई आजारी... नंतर श्रीधरचं लग्न त्या आजारी असताना झालं; पण खरी गोष्ट म्हणजे राधिकाबाईंच्या मनात नवीन सुनेविषयी थोडासा मत्सर निर्माण झाला असावा व आपल्या मुलावरील अधिकारातील ही भागीदारी त्यांच्या मनाला पटली नव्हती व आजारी पडल्यामुळे आपोआप मुलगा दूर होण्याचे प्रसंग पुढे ढकलले जात होते. त्यांच्या मनानं हा मधलाच मार्ग आत्मसन्मानासाठी शोधला होता. त्यांना 'चिकोरी'ची गरज होती.

■■■

ही माणसं एका वेगळ्याच जगात वावरत असतात!

९. क्लिमॅटिस (Clematis)

उदासीन, स्वप्नील, शून्यात हरवलेली नजर, अलिप्त, अव्यवहारी, झोपेची अधिक गरज, भोवतालाकडे दुर्लक्ष.

वेगळ्याच जगात वावरणारी, ही माणसं असतात 'क्लिमॅटिस' (Clematis) 'टाईप'ची! कुठंतरी शून्यात हरवलेली नजर, उदासीनपणा, स्वप्नीलपणा, झोपाळूपणा इत्यादी लक्षणवैशिष्ट्यं त्यांच्यात आढळतात.

लक्ष कुठंतरी दुसरीकडे गुंतलेलं असतं. ही माणसं आसपास काय चाललं आहे याची दखलच घेत नसतात, जणू दिवास्वप्नं पाहत असतात. त्यांना झोपही खूप लागते. कोणत्याही कामात त्यांचं चित्त एकाग्र होत नाही. कारण वर्तमानकाळातील घडामोडी, जीवनातील अनेक लहान-मोठ्या घटना यांतील त्यांचं औचित्यच नष्ट झालेलं असतं. आपल्या एका वेगळ्याच जगात ही माणसं वावरत असतात आणि आपल्या अडचणी, जीवनातील दुःखदायक गोष्टी मनाच्या पडद्याआड करतात. एका पेशंटनं लिहिलं होतं, 'जेव्हा एखाद्या दुःखदायक परिस्थितीला तोंड द्यायची पाळी येते, तेव्हा मी जणू माझ्या वेगळ्या जगात प्रवेश करतो. हे जग वस्तुस्थितीपेक्षा पूर्ण भिन्न असतं. खोटं आभासमय असतं; पण हे आपोआपच घडतं!'

जेव्हा ही अशी माणसं आजारी पडतात, तेव्हा बरं होण्यासाठी स्वतःकडून असा फारसा प्रयत्न करत नाहीत. कारण त्यांना जीवनात रसच वाटत नाही. जसं काही त्यांना हे जग सोडून जायचं असतं, कुणातरी मृत व्यक्तीला भेटायला किंवा त्यांच्यावर आत्यंतिक प्रेम करणाऱ्या व्यक्तींच्या सहवासात जाण्यासाठी, किंवा हे जीवनच त्यांना नकोसं वाटत असतं, कारण जीवनात त्यांच्या अपेक्षा पूर्ण झालेल्या नसतात, कधी होतील ही आशाही संपलेली असते. एक प्रकारे हा आत्मनाशच असतो. क्लिमॅटिस टाईपच्या व्यक्ती एकांत अधिक पसंत करतात. आपल्या विचारात डुबलेल्या राहतात. त्यांची स्मरणशक्ती ही बेताचीच असते, कारण आपल्याच विचारात मग्न राहिल्यामुळे कोण काय म्हणाला, इकडं त्यांचं लक्षच असत नाही आणि ते लक्षातही राहत नाही. आपल्या दिवास्वप्नात हरवल्यामुळे रस्त्यानं एखादा मित्र जात असला, तरी त्यांचं लक्षच असणार नाही; ते तसेच पुढे जातील. जणू आपलं स्वतःचं वेगळं जग पाहण्यासाठी ते आपले कान आणि डोळे वापरत असल्यामुळे बाह्य जगाच्या आकलनासाठी त्याचा ते कमी वापर करतात आणि म्हणूनच अनेक वेळा या व्यक्तींच्या बाबतीत अपघात होतात. या व्यक्तींना थोड्या अधिक झोपेची गरज असते. कोणत्याही क्षणी ते झोपेच्या अधीन होऊ शकतात. कधी कधी चार माणसं जमली असताना त्यांच्याशी गप्पागोष्टी करत असताना नकळत अशी व्यक्ती झोपी जाते. विद्यार्थी असेल, तर लेक्चर ऐकत असताना ती व्यक्ती झोपी जाईल. रोजच्या जीवनातील घडामोडींच्या बाबतीत अशी व्यक्ती बरीचशी अव्यवहारी समजली जाते. काही व्यक्तींचा असा स्वभावधर्मच असतो किंवा बनतो; पण कधी कधी काही काळापुरतं का होईना, आपण अनेक जण अशा प्रकारे वागतो. अर्थात, ही मनःस्थिती तात्पुरती असते. उदा., काहीतरी मोठी अडचण आली किंवा कसलीतरी काळजी, दुःख मनात दाटून आलेलं असतं. आपण त्याच विचारात असतो. बाहेर काय चाललं आहे, इकडे लक्ष नसतं.

याविरुद्ध स्वभावाच्या व्यक्ती म्हणजेच ज्यांना क्लिमॅटिस या औषधाची गरज नसते, अशा व्यक्तींचा स्वभाव कसा असतो पाहू.

अशा व्यक्तींना जीवनाच्या प्रत्येक अंगात, प्रत्येक गोष्टीत रस असतो. सुख-दुःखाच्या वेगवेगळ्या छटा हे जीवनाचे विविध रंग आहेत असं त्या मानतात. जीवन जगण्याची कला त्यांनी आत्मसात केलेली असते. जीवनातील प्रत्येक घटनेचा आस्वाद ते चाखू शकतात. त्यासाठी पंचेंद्रियांना त्यांनी मुक्त सोडलेलं असतं.

काही रुग्णांची उदाहरणं पाहा. कल्पना,. वय १२ वर्षं. शाळेतून तक्रार आली, की वर्गात शिकवण्याकडे तिचं लक्षच नसतं. ती आपल्यातच गुंग असते. इतर

मुलामुलींच्यात फारशी मिसळत नाही. अभ्यासात राहू दे. खेळाकडेही तिचं नीट लक्ष असत नाही. प्रथम आईवडिलांनी दुर्लक्ष केलं; पण परीक्षेत मार्क्स खूपच कमी पडले. एवढंच नव्हे; तर तिच्या या आपल्याच विचारात मग्न राहून चालण्याच्या नादात ती एकदा कारखालीच सापडली असती. कुणीतरी ढकललेलं म्हणून बचावली. या प्रसंगानंतर मात्र आईवडिलांना काळजी वाटू लागली आणि ते मानसोपचारांकडे वळले 'क्लिमॅटिस'नं कल्पनावर जणू जादूच केली. तीनचार महिन्यांत ती पुन्हा पूर्वीप्रमाणे हसूखेळू लागली. अभ्यासातही तिनं प्रगती केली.

अशीच गोष्ट एका ऑफिसरची. पत्नी कॅन्सरनं मृत्यू पावली आणि त्यानंतर हळूहळू त्याची मनःस्थिती बदलत गेली. कामातही त्याचं लक्ष लागेना. काम करता करताच तो आपल्याच विचारात मग्न राहू लागला. याचा त्याच्या ऑफिसमधील कामावर आत्यंतिक परिणाम झाला. त्याला झोपही अनावर यायची. नेहमी सुव्यवस्थित असणारा माणूस हा आता मात्र गबाळ्या, इस्त्रीही न केलेल्या कपड्यांत ऑफिसमध्ये येऊ लागला. शून्यात नजर लावून बसणं, उदासीनपणा तर प्रत्येक बाबतीत. खाणं-पिणंही धड नाही. त्याची प्रकृतीही खालावली. शेवटी, कंपनीतील बॉसनं मुद्दाम रजा घ्यायला लावली व औषधोपचारांचा सल्ला दिला.

त्याला 'क्लिमॅटिस'ची जरुरी होती.

■■■

मनात सलत राहणारा काटा

१०. क्रॅब ॲपल (Crab Apple)

किळस वाटणं, मनात सलत राहणारे विशिष्ट विचार, काळजी, स्वच्छतेबाबत अतिदक्षता, त्वचाविकार, क्षुल्लक गोष्टींची उगीचच काळजी.

मनातील आणि शरीरातील आपल्याला न आवडणाऱ्या गोष्टी साफ करण्यासाठीही एखादी झाडणी असती तर बरं झालं असतं नाही का? 'क्रॅब ॲपल' हे औषध म्हणजे एक अशा प्रकारची झाडणीच आहे म्हणा ना!

कधी कधी आपल्याच स्वभावातील एखादा दोष आपल्याला अजिबात आवडत नसतो. आपली आपल्यालाच किळस वाटत असते. कधी कधी आपण आपल्या स्वभावाविरुद्ध एखादं वाईट भाष्य किंवा कृती करून जातो, त्यामुळे मनात नसतानाही दुसरा माणूस दुःखी होतो आणि आपण असं का बोललो, असं का केलं, हा विचार मनात काट्यासारखा सलत राहतो, बोचत राहतो. मनाचा शांत जलाशय गढूळ झाल्यासारखा- मलिन वाटत राहतो. कधी कधी हे 'मलिन वाटणं' कारण नसताना पराकोटीला जाऊन पोहोचतं आणि अशा वेळीच 'क्रॅब ॲपल'ची जरुरी असते.

कधी कधी एखादा त्वचारोग उदा., इसब, नायटा, चामखीळ इत्यादींमुळे स्वतःचीच किळस वाटू लागते. खरं म्हणजे शरीरावरील साध्या त्वचारोगाबद्दल इतकी किळस वाटण्याचं काहीच कारण नसतं. असे लोक डॉक्टरकडे गेले आणि समजा,

त्यांना त्वचारोग आणि दमा असला, तर सांगतील, 'दम्याचा त्रास झाला तरी चालेल, आधी 'ही शरीरावरील घाण' जाईल असं करा डॉक्टर!' खरं म्हणजे, दम्याचा अधिक त्रास होत असतो. तो बरा करणं महत्त्वाचं असतं; पण त्यांना तो साधा त्वचारोग अधिक महत्त्वाचा वाटतो, कारण त्याकडे पाहण्याची त्यांची दृष्टी चुकीची असते. ही दृष्टी योग्य पातळीवर आणण्याचं काम 'क्रॅब ॲपल' करतं.

एखादी गृहिणी घराच्या स्वच्छतेबाबतच्या विचारांनी अगदीच पिछाडलेली असते. मुलं पावसात भिजून घरी आल्यावर त्यांना सर्दी होईल या विचारापेक्षा आता ते चिखलाचे पाय घरात आणून घर अस्वच्छ करतील हा विचार तिला अधिक बेचैन करतो. अर्थात, मुलांवर प्रेम नसतं असं नव्हे, तर या वेळी स्वच्छता ही गोष्ट कमी महत्त्वाची असूनही बेजार करते. अशा वेळी तिला 'क्रॅब ॲपल'ची जरुरी असते.

आशाताईंच्या हातावर अलीकडे एक प्रकारचा रोग उद्भवला होता. सारखी खाज उठत राहायची, खाजवलं की पुरळ उठून एक प्रकारचा चिकट द्रव येत राहायचा. हा विकार ॲलर्जीजन्य होता. फारसा महत्त्वाचा होता असंही नव्हे. पण आशाताईंना मात्र स्वतःची इतकी किळस वाटू लागली होती, की त्या सारख्या हात धुवत राहायच्या. स्वयंपाकही आपण करू नये असंच त्यांना वाटायचं. शक्यतो चमचे वगैरे वापरून हात न लावता त्या काम आटपायच्या. स्वतः जेवताना चमच्यानंच जेवायच्या. पावसाळ्यात त्यांना संधिवाताचा अतिशय त्रास होत असे; पण अनेक वेळा आग्रह करूनही त्यांनी कधी त्यावर औषधोपचार करून घेतले नाहीत; पण या त्वचारोगासाठी मात्र त्या आल्या आणि म्हणाल्या, 'डॉक्टर, काहीही करा; पण हे बरं करा. मला तर वाटतं, बटाटा सोलतो तसं सुरीनं ही वरची कातडी सोलून टाकावी. मला स्वतःचीच किळस वाटते. या हातानं मी इतर अंगाला अंघोळीच्या वेळी साबणसुद्धा लावत नाही. आशाताईंना 'क्रॅब ॲपल' दिलं अन् त्वचारोग तर बरा झालाच; पण संधिवाताचं दुखणंही बरंचसं कमी झालं

सुचित्रानं नुकताच नर्सिंगचा कोर्स पूर्ण केला होता. एका मॅटर्निटी होममध्ये तिला लगेच नोकरीही मिळाली. ती माझ्याकडे आली अन् सांगू लागली, 'डॉक्टर, का कुणास ठाऊक; पण हल्ली मला घाणीची ॲलर्जी आल्यासारखं झालं आहे. पेशंटला एनिमा द्यायचा म्हणजे माझ्या अगदी जिवावर येतं. एखाद्या पेशंटनं अंथरुणात मलमूत्र केलं तर मला तिकडं जावंसंसुद्धा वाटत नाही. कामचुकारपणा करावासा वाटत राहतो आणि मनात नसतानाही कामचुकारपणाचा शिक्का बसतो. परवा असंच एका पेशंटची डिलिव्हरी झाल्यानंतर मी ड्युटी संपवून घरी आले, अंघोळ केली, तरीही अस्वच्छच वाटू लागलं. इतकं की मी जेवलेही नाही. हा एकच रोग वाटू

लागला आहे मला!' सुचित्राला 'क्रॅब ॲपल' दिलं. दोनतीन महिन्यांतच हा किळस वाटण्याचा प्रकार बंद झाला.

रत्नाच्या तोंडावर मुरमं उठली होती; पण त्यामुळे ती खूपच बेचैन झाली होती. खरं म्हणजे या वयात अनेक तरुणींना मुरमं उठतात; पण रत्नाला मात्र काय करू नि काय नको, असं झालं होतं. 'क्रॅब ॲपल' पेशंटचं हेच वैशिष्ट्य असतं. घाणीची किळस वाटणं साहजिकच आहे; पण 'क्रॅब ॲपल' पेशंटच्या बाबतीत हे किळस वाटणं पराकोटीला पोहोचलेलं असतं. शरीराचा तो भाग अगदी काढून फेकून द्यावा असं त्यांना वाटत असतं.

मानसिक बाबतीतही असंच होतं. एखाद्या चुकीच्या कृतीबद्दल वाईट विचारांबद्दल त्यांचा त्यांनाच राग येत राहतो. वाईट वाटत राहतं किंवा एखाद्या क्षुल्लक गोष्टीबद्दलची नको इतकी काळजी वाटत राहते. ते विचार मनातून जाता जात नाहीत, बोचत राहतात. मनात सलणारे काटे 'क्रॅब ॲपल'नंच काढता येतात.

आजार कोणता आहे यापेक्षा वर वर्णन केलेलं लक्षण असणं मात्र महत्त्वाचं!

■■■

किती पांडुरंगा, वाहू संसाराचा भार

११. इल्म (Elm)

कर्तव्यतत्पर, कार्यरत, कर्तृत्ववान व्यक्ती,
परंतु आत्यंतिक जबाबदारीचा ताण व थकवा.

इल्म(Elm) हे औषध काही विशिष्ट प्रकारच्या लोकांसाठी उपयोगी पडतं. या व्यक्ती जबाबदारीनं भारावलेल्या असतात. कर्तव्यतत्पर, कार्यरत, कर्तृत्ववान अशा असतात. अत्यंत यशस्वीपणे आपली जबाबदारी पार पाडत असतात. अशा व्यक्ती कुटुंबात किंवा व्यवसायात महत्त्वाचं मानाचं स्थान भूषवत असतात. उदा., डॉक्टर्स, मुख्याध्यापक, मंत्री, उद्योगपती, कुटुंबप्रमुख (विशेषतः मोठ्या एकत्र कुटुंबातील वडीलभाऊ इ.), संस्थाचालक इत्यादी. अनेक वेळा अशा व्यक्तींच्या निर्णयावर इतर अनेकांचं जीवित अवलंबून असतं. त्यांच्या सल्ल्यानुसार अनेक महत्त्वाचे निर्णय घेतले जातात. अर्थात, त्यांच्या आतापर्यंतच्या कर्तृत्वामुळे, यशस्वितेमुळेच हे स्थान व मान त्यांनी प्राप्त केलेला असतो. स्वतःच्या कर्तृत्वाबद्दल त्यांना योग्य तो अभिमानही असतो. आत्मविश्वासानंच ते कार्य करत असतात. त्यांच्याकडून अपेक्षिलं गेलेलं काम करण्यास आपण समर्थ आहोत, याची त्यांनाही जाणीव असते. जीवनाचं ध्येय त्यांनी निश्चित केलेलं असतं आणि त्या दिशेनं ते यशस्वीपणे, निर्धारानं जात असतात. असं जरी असलं, तरी असेही प्रसंग कधी कधी येतात,

की 'किती पांडुरंगा, वाहू संसाराचा भार' अशी त्यांची स्थिती होते. जबाबदारीचं ओझं पेलवेनासं होतं किंवा असं म्हणण्यापेक्षा ते पेलेल की नाही, असा संभ्रम निर्माण होतो. एका माणसाला ही सर्व जबाबदारी पार पाडणं अशक्य आहे असं त्यांना वाटू लागतं. ते दमून-थकून जातात. क्षणभर त्यांना आपण हे सर्व करायला असमर्थ आहोत असं वाटू लागतं आणि याच भावनिक असमर्थतेच्या क्षणाच्या आहारी जाऊन त्यांना अपयश येण्याची शक्यता असते. त्यांच्यावर मानसिक ताण येऊन त्यातून मानसिक, शारीरिक तक्रारी निर्माण होण्याची शक्यता असते, परंतु ही भावना तात्कालिक असते, त्यामुळे आलेला उदासपणा, आत्मविश्वास कमी होणं, थकवा इत्यादी तात्कालिक असतं. काही काळातच त्यांचा आत्मविश्वास ते परत मिळवतात, कारण आपलं काम करण्यासाठी आपल्याला एक आंतरिक शक्ती प्राप्त आहे, याची त्यांना जाणीव असते व तसा त्यांचा दृढ विश्वास असतो. आतापर्यंत अनेक वेळा मिळवलेलं यश त्यांना दिलासा देत असतं. काही काळ राहणारा हा थकवा व इतर तक्रारी त्यांच्या कार्यात, कर्तव्यपालनात अडथळा आणतात एवढंच. पण असं वरचेवर होऊ लागल्यास निश्चितच त्याचा त्यांच्या मानसिक व शारीरिक आरोग्यावर परिणाम होऊ शकतो, म्हणूनच अशा व्यक्तींनी 'इल्म' ही संजीवनी आपल्याजवळ सतत बाळगणं योग्य!

मनोरमाबाई, एक संस्थाचालिका-संस्थापकही त्याच. अनेक वर्षं जिवाचं पाणी करून त्यांनी ती संस्था नावारूपाला आणली होती. हाताखाली माणसंही खूप होती; पण हल्ली का कुणास ठाऊक? त्यांचं नेहमीचं कामच त्यांना झेपेनासं झालं होतं व त्यामुळे एक प्रकारचा मानसिक ताण निर्माण झाला होता. हे काम करणं आता आपल्या आवाक्याबाहेर आहे असं त्यांना वाटू लागलं होतं. परंतु ही जबाबदारी दुसऱ्या कुणावर सहजपणे टाकता येणंही शक्य नव्हतं. याचा परिणाम साहजिकच मनावर व शरीरावरही झाला. त्यांना विलक्षण थकवा जाणवू लागला होता. रात्री चिंतेमुळे लवकर झोप लागत नसे. लागली तर तीनचार तासांनी सकाळी लवकर जाग यायची. त्यासाठी झोपेच्या गोळ्या तर त्या घेत होत्याच. पण मनाचा व शरीराचा थकवा वाढतच चालला होता. त्या म्हणाल्या, 'डॉक्टर, हे काम मी इतकी वर्षं करत आलेली आहे. ते करणं मला अशक्य आहे असं नाही; पण तरीही आता हे ओझं आपण समर्थपणे पेलू शकू की नाही, असं मला वाटतं. माझा आत्मविश्वास डळमळू लागला आहे व त्यामुळे एक प्रकारचा उदासपणा आला आहे. 'इल्म' दिलं आणि पंधरावीस दिवसांत मनोरमाबाईंचा उत्साह वाढला. दोनतीन महिन्यांत झोपेच्या गोळ्या

न घेताही झोप लागू लागली अन् पुन्हा पूर्वीच्याच उत्साहानं त्या आपलं आवडतं काम हाताळू लागल्या.

राधिकाबाई, वय ३८ वर्षं. पाच मुलांची आई. खाऊनपिऊन सुखी कुटुंब होतं; पण अचानक पतिनिधनाचा घाला त्यांच्यावर पडला. पाच मुलांना वाढवायचं होतं. तशी सर्व जण वीस वर्षांच्या आतीलच. मिळवतं कुणीच नव्हतं, त्या बी.ए. झाल्या होत्या. नातेवाइकांकडून थोडीफार मदत मिळवून बी.एड. करावं आणि नोकरी करावी असं त्यांनी ठरवलं. नोकरी मिळालीही. खंबीरपणे त्या परिस्थितीला तोंड देत होत्या. मोठ्या मुलीनंही एक छोटीशी नोकरी करायला सुरुवात केली; पण तिचंही लग्नाचं वय झालं होतं. अर्थात काही दिवसांनी मुलाचं शिक्षण होऊन तोही हाताशी येणार होता; पण हल्ली राधिकाबाईंना अगदी उदासपणा आला होता. डोकेदुखी, छातीत जळजळणं, अपचन, या तक्रारीही सुरू झाल्या होत्या. कशातही औचित्य वाटेनासं झालं होतं. मनाची खिन्नता वाढतच चालली होती. अर्थात, जबाबदारीचं ओझं त्या ओढतच होत्या. पण म्हणाल्या, 'डॉक्टर, हे सर्व हल्ली झेपेनासं झालं आहे हो!' लोक म्हणतात, 'राधिकाबाईंनी परिस्थितीला न जुमानता मुलांना वर काढलं, घर सावरलं; पण हल्ली ही जबाबदारी पेलणार नाही असंच वाटत राहतं, कशातच मन लागत नाही. खूप उदास वाटतं. काय करावं समजत नाही.' 'इल्म'ची त्यांना आवश्यकता होती. ते दिलं अन् राधिकाबाई नव्या जोमानं कामाला लागल्या. मध्ये भेटूनच म्हणाल्या, 'डॉक्टर, मुलाला नोकरी लागली. त्याचे हे पेढे घ्या. आता मुलीसाठी स्थळ पाहते आहे.'

पाहा, तुम्हालाही कधी कधी जरूर पडेल या औषधाची.

■■■

जगी सर्व सुखी असा कोण आहे ?

१२. जेन्शियन (Gentian)

साध्यासुध्या अडचणी/अपयश यामुळेदेखील निराशा, तसेच आत्मविश्वास ढासळणं, नकारात्मक विचार.

'एक धागा सुखाचा शंभर धागे दुःखाचे।' असं लिहिणारे ग. दि. माडगूळकर या गीतात पुढे लिहितात, 'जरतारी हे वस्त्र मानवा। तुझिया आयुष्याचे।।' मानवी जीवनाचे रंगतरंग अनुभवण्यातच एक सुख दडलेलं असतं. माणूस सुखाच्या पाठीमागे धावत असतो; पण हे सुख खरं म्हणजे माणसाच्या मनातच दडलेलं असतं. जीवन जगणं ही एक कला आहे. सुखी राहणं हीसुद्धा एक कला आहे. पण गुलाबाच्या झाडाचे काटे वगळून सुख तेवढंच अनुभवणं सर्वांनाच जमतं असं नाही. (Gentian) जेन्शियन या औषधाची गरज असणाऱ्या व्यक्तींना तर नाहीच नाही. या उलट जेन्शियन टाईपच्या व्यक्ती गुलाबाच्या झाडाजवळ गेल्या, तर त्यांना सर्वप्रथम काटेच दिसतात. 'च् च् च् किती हे काटे!' असं ते म्हणतील. हसरा गुलाब त्यांच्या ओठावर स्मित फुलवू शकणार नाहीच; पण तो गुलाब काढताना कुठं एखादा काटा टोचला तर 'टोचला तर टोचला! पण किती सुंदर गुलाब मिळाला' असंही ते म्हणणार नाहीत. गुलाब मिळाल्याच्या आनंदापेक्षा काटा टोचल्याचं दुःखच ते कुरवाळत बसतील. सतत चिडचिड करत राहणाऱ्या अशा या व्यक्ती असतात. माणसानं सुखी कसं राहावं,

यापेक्षा माणसांना जास्तीत जास्त दुःखी (कारण नसतानाही) कसं राहावं यासाठी जणू या व्यक्ती आपली बुद्धिमत्ता पणाला लावत असतात. अशा अनेक व्यक्ती तुम्हाला आसपास भेटतील. अगदी साध्यासाध्या गोष्टींतही ही माणसं जणू 'दुःखाचा शोध' घेत फिरत असतात. प्रत्येक गोष्टीची अंधारी बाजूच पाहत राहतात. साध्या साध्या गोष्टींनी निराश होतात. या निराश होण्याला अगदी साधं कारण पुरतं. सर्व काही सुरळीत चालू असतं. मध्येच छोटीशी अडचण आली, तरी अगदी अडचणींचा डोंगर कोसळल्यासारखे चेहरे करून बसतील हे लोक!

ट्रेनचं रिझर्व्हेशन करायचं असतं. नेहमीपेक्षा खरं म्हणजे आज गर्दी कमी असते. रांग छोटी असते; पण रांगेत उभं राहावं लागलं म्हणूनच सुतकी चेहरा, च् च् च्...! करण्याची त्यांच्यावर पाळी येते. शंभर रुपयांची नोट दिल्यावर बुकिंग क्लार्ककडे सुट्टे पैसे नसतात. आठ रुपये परत द्यायचे असतात. क्लार्क सांगतो, 'तुम्ही दोन रुपये द्या असतील तर! मी दहा रुपये देतो.' दोन रुपयांची नोट शोधायचा त्रास झाला म्हणून पुन्हा 'च् च् च्...'

लहानसा आजार झाला, सर्दी-पडसं झालं, तरी त्या व्यक्तीच्या चेहऱ्यावरचे भाव कॅन्सर झाल्यासारखे. त्यांचं उसासे टाकणं पाहून दुसऱ्याला वाटावं याला काही गंभीर आजार तर झाला नाही ना?

पत्र लिहीत असताना पेनमधील शाई संपली तर ती भरावी अन् पुन्हा लिहावं; पण असं झालं, तरी या जेन्शियन टाईपच्या व्यक्ती उदास होतात.

गाडी उशिरा येणं, ऑफिसमधून निघाल्यावर पाऊस पडायला लागणं, परीक्षेत एखाद्याच विषयात मार्क्स कमी पडणं, हवी असलेली वस्तू लवकर न सापडणं, असं कोणतंही कारण त्यांना उदास व्हायला पुरतं. उगीचच 'उदास होणं हा जणू त्यांचा जन्मसिद्ध हक्क आहे अन् तो मी मिळवणारच' असा त्यांचा बाणा असतो. आता काही रुग्णांच्या हकिकती-

सुशीलाबाई, वय ५५ वर्षं. अतिरक्तस्रावामुळे त्यांचं गर्भाशय काढून टाकण्याचं ऑपरेशन झालं होतं. तीन-चार दिवसांनी थोडं फिरायला सांगितलं. दुखणारच थोडंसं! पण सुशीलाबाई खूपच नर्व्हस झाल्या. नंतर टाक्यांतून थोडासा पू झाला. सुशीलाबाई इतक्या उदास झाल्या, की भेटायला येणाऱ्यांना वाटलं, की खरोखरच काही भयानक प्रकार घडला आहे. 'अहो, असं झालं, तर त्यात घाबरण्यासारखं काही नाही' असं सांगून डॉक्टरीणबाई थकल्या. सुशीलाबाईंना जेन्शियनची गरज होती.

अभय अत्यंत हुशार मुलगा. यंदा पीयूसीच्या दुसऱ्या वर्षात होता. त्याला मेडिकलला ॲडमिशन हवी होती. तीन महिन्यांनी कॉलेजमध्ये परीक्षा घेतल्या जात

असत. पहिल्या दोन्ही परीक्षांत ९० टक्के मार्क्स मिळवून अभय पहिला आला. अन् नऊमाही परीक्षेत मात्र फिजिक्समध्ये थोडे मार्क्स कमी पडले. तो अत्यंत उदास झाला. इतका, की हा विषय अभ्यासणं मला जमणारच नाही असं त्याला वाटू लागलं. नऊमाहीनंतर पूर्वपरीक्षेच्या वेळी फिजिक्सच्या पेपरला जाताना तर त्याची अवस्था पाहवेनाशी झाली. छातीत धडधडतंय, घाम फुटतो, संडासला सारखं जावंसं वाटतं, इ. तो सांगू लागला. त्या मूळ तक्रारींसाठी जेन्शियन आणि या 'परीक्षेची भीती वाटणं' वगैरे लक्षणांसाठी मिम्युलस हे औषध दिलं, तेव्हा कुठं महाशय परीक्षेला जाऊन उत्तम प्रकारे पेपर लिहून आले.

वामनरावांना पक्षाघाताचा (Paralysis)चा झटका आला आणि उजवा पाय व हात त्यामुळे दुर्बल झाला. योग्य औषधं, फिजिओथेरपी इत्यादींच्या साहाय्यानं आता ते त्यातून बरेचसे सावरले होते. बरीचशी शक्तीही परत आली होती; पण चालताना जरासे अडखळले, जेवताना एखादा घास नीट घेता आला नाही की लगेच निराश होत. डॉक्टरांनी खूप समजावलं की हळूहळू चलनवलन वाढवून, व्यायाम, सराव करून ही शक्ती परत येईल; पण वामनरावांना ते पटेना, जरा काही झालं, की ते म्हणत, 'डॉक्टर, मला काही वाटत नाही मी सुधारेन असं! त्यांनी जेन्शियन दिलं आणि ही 'किरकिर' तर बंद झालीच; पण अवयवांची शक्ती आश्चर्यकारकरीत्या लवकर व बहुतांशी परत आली.

ज्यांना 'जेन्शियन' या औषधाची अजिबात जरुरी नाही अशा व्यक्ती कशा असतात. पाहा– जीवनातील दुःखामुळे सुखाची खरी चव कळते असं या व्यक्ती म्हणतील. थोड्याशा अडचणींमुळे ते निराश होणार नाहीत. आपलं कर्तव्य, योग्य तेवढे प्रयत्न करतील, अन् तरीही अपयश आलंच तर 'अपयश ही यशाची पहिली पायरी आहे' असं म्हणून पुन्हा निर्धारानं, आत्मविश्वासानं प्रयत्न करतील. काही खरोखरच दुःखदायक प्रसंग कोसळला तरी,

जगी सर्व सुखी असा कोण आहे?
विचारी मना तूच शोधूनि पाहे!

ही रामदास स्वामींची उक्ती ध्यानात ठेवून मनाला सावरतील, काट्याकुट्यांतूनही मार्ग काढतील.

■■■

आशा आणि श्रद्धा

१३. गॉर्स (Gorse)

आत्यंतिक निराशा, मी या आजारातून/अडचणीतून, समस्येतून बाहेर पडू शकत नाही असं वाटून विफलता, नैराश्य.

उंच घाट हा चढुनिया जाणे अवघड फार।
परी धीर मनी सोडू नको, न हो कधी बेजार।
झटणे हे या जगण्याचे तत्त्व मनी तू जाण।
म्हणूनी उद्यम सोडू नको जो वर देही प्राण।।

'आशा' आणि 'श्रद्धा' या बहिणींची ओळखत तुम्हाला असेलच. जीवनातील चढउतारांकडे स्थितप्रज्ञतेनं पाहण्यासाठी, दुःखातही मनाचं संतुलन कायम राहण्यासाठी आशा आणि श्रद्धा यांची जोड हवीच. नाही का? मग ते एखादा रोग बरा होण्याच्या बाबतीत असो किंवा जीवनातील एखादी ध्येयपूर्ती असो. अपयशाचा सामना करताना या दोन बहिणींची मदत होते, तितकी इतर कोणत्याच गोष्टीची होत नाही. त्या तुमचं मनोसामर्थ्य वाढवतात अन् मनोबल वाढलं की अशक्यही शक्य होतं. वाळवंटातही ओॲसिस दिसू लागतं, परंतु गॉर्स (Gorse) या औषधाच्या रुग्णांच्या बाबतीत आशा आणि श्रद्धा हरवलेली असते. आजाराचंच उदाहरण घेऊ या. जुनाट दमा, संधिवात

विशेषतः रुमटॉइड आथ्रायटिस (Rheumatiod Arthritis) यासारख्या आजारात वर्षांनुवर्षं औषधोपचार घेऊनही आजार पूर्ण बरा झाला नाही आणि आता बरा होणारही नाही असं वाटणारे रुग्ण या प्रकारात मोडतात. आशावादी दृष्टिकोन असेल, तर आजार पूर्ण बरा झाला नाहीतरी निदान आटोक्यात राहील व वाढणार नाही. आजारालाही मित्र मानून 'तो माझ्या आयुष्याचा एक काळोखा भाग आहे' असं मानून रुग्ण जीवनातील इतर सुखदायक गोष्टी उपभोगेल, नाही का? आणि निराश मनःस्थितीमुळे कोणताही आजार केवळ वाढेलच, एवढंच नव्हे; तर जीवनातील इतर अनेक गोष्टींचं सुखही असा रुग्ण उपभोगू शकणार नाही. त्याला स्वतःला अन् जवळच्या माणसांना फक्त त्रासच होईल या सर्वांचा! म्हणून अशा रुग्णांना 'गॉर्स' या औषधांची आवश्यकता असते, यांमुळे त्यांची मनःस्थिती आनंदी व खेळकर राहून आजारही आटोक्यात राहील. पक्षाघातासारख्या आजारात कधी कधी मध्येच, सावकाश सुधारणा होत असते तीही थांबते. अशा वेळीही First Step towards cure is Hope! 'आशा' निर्माण करण्यासाठी गॉर्सचा जरूर उपयोग होतो. अनेक वेळा असे पेशंट्स सांगतातही, की 'डॉक्टर, मला माहीत आहे, की मी या रोगातून बरा होणार नाही आणि आता आयुष्यभर मला हा त्रास सहन करावा लागणारच; पण घरातील माणसांच्या इच्छेखातर मी केवळ आपल्याकडे आलो आहे. अशा रुग्णांच्या मनात आशेचा प्रकाश निर्माण करण्यासाठी 'गॉर्स' या औषधाची जरुरी असते.

ज्यांना या औषधाची जराही आवश्यकता नाही अशाही काही व्यक्ती असतात. त्यांची सत्य परिस्थिती वाईट, अडचणींची असली, तरी त्याचा त्यांच्या जीवनावर फार परिणाम होत नाही, ते निराश होत नाहीत, अशक्यही शक्य करून दाखवतात, अडचणींवरही मार्ग काढतात. A Will will find a way! त्यांच्या बाबतीत अक्षरशः खरं ठरतं. उदाहरणंच द्यायची झाली तर अनेक देता येतील! 'हेलन केलर' सर्वपरिचित आहे. आंधळी, बहिरी व मुकी असूनही, तिनं कर्तृत्वाची परिसीमा गाठली. 'नाचे मयूरी' हा चित्रपट ज्यांनी पाहिला नसेल, त्यांनी तो जरूर पाहावा. एक पाय तुटलेला असूनही 'सुधा चंद्रन' या नर्तकीनं प्रयत्नांची शर्थ करून पुन्हा नृत्याच्या जगात प्रवेश केला. आशेचं बळ हे असं अफाट असतं अन् ही आशा आणि श्रद्धा ज्या माणसांच्या जीवनातून, मनातून लुप्त झालेली असते, त्यांनी 'गॉर्स' हे औषध घ्यावं. त्यांचं जीवन प्रकाशमय होईल.

शंतनुराव, वय ४५ वर्षं. गेली २० वर्षं त्यांना 'सोरायसिस' या रोगानं ग्रासलं होतं. इतक्या वर्षांच्या त्रासामुळे त्यांनी आपण बरे होऊ हा विचारही मनातून काढून टाकला

होता; पण केवळ पत्नीच्या आग्रहास्तव ते आले होते. जीवनातील इतर अनेक बाबतींत त्यांचा दृष्टिकोन निराशावादी झाला होता. प्रत्येक गोष्टीची वाईट, अंधारी बाजूच ते पाहत होते. आपल्या जगण्यात काही राम नाही, आपलं कसंतरी आयुष्य काढायचं अशी त्यांची वृत्ती झाली होती. त्यांना मिळालेल्या प्रमोशनचा, मुलानं मिळवलेल्या मेडिकलच्या अॅडमिशनचा आणि अशा इतर अनेक गोष्टींचा आनंद ते घेऊ शकत नव्हते. आपल्याला हा अत्यंत किळसवाणा आजार झाला आहे आणि तो आयुष्यभर आपल्याला सहन करावा लागणार आहे, अशी त्यांची समजूत होती. ''मागच्या जन्मी पाप केलं काहीतरी, ते फेडायचं या जन्मी. कशाला औषधपाणी?'' (त्यांचे शब्द) शंतनुरावांना 'गॉर्स' आणि यापूर्वी वर्णन केलेल्या 'क्रॅब अॅपल' (आपला आजार त्यांना अगदी किळसवाणा वाटत होता, या लक्षणावरून) दिलं अन् रोगाची तीव्रता खूप कमी झाली.

माधवराव पहिली पत्नी निवर्तली. तिच्यावर अतिशय प्रेम. ती गेली अन् त्यांच्या जीवनातील आनंद संपला. मुलं लहान होती म्हणून दुसरं लग्न केलं; पण जणू फक्त मुलांसाठीच! त्यांचं दुसरं लग्न होतं; पण दुसऱ्या पत्नीचं पहिलंच! ती गरीब घरातील होती. परिस्थितिवश तिनं हे लग्न केलं होतं; पण जो माणूस प्रथम पत्नीवर इतकं प्रेम करतो तो नक्कीच मलाही प्रेम अन् आधार देईल अशी आशा तिला वाटत होती अन् ते खरंही होतं. माधवराव अत्यंत प्रेमळ अन् सज्जन माणूस. कर्तृत्ववानही! आपल्या पतीबद्दल तिला अभिमानही होता; पण माधवराव निराशेत इतके बुडून गेले होते, की त्यांची जीवनातील आनंद शोधण्याची शक्ती नाहीशी झाली होती. संसार पार पाडण्याचं कर्तव्य करत होते. याचे पडसाद पत्नीच्या मनावर उमटत आहेत, इकडं त्यांचं लक्षही नव्हतं. आपल्याबरोबर रविवारची सुट्टी मजेत घालवणारे आपले बाबा असं का वागतात, एकटेच कसला विचार करत बसतात, ते मुलांनाही समजत नव्हतं. शेवटी पत्नीला ते पाहवलं नाही. ती शहाणी होती अन् समजूतदारही! केवळ पत्नीच्या आग्रहास्तव माधवराव औषधोपचार करून घेण्यास तयार झाले. माधवरावांना 'गॉर्स' अन् यापूर्वी वर्णन केलेल्या 'क्लिमॅटिस' या औषधाची जरुरी होती. ते दिलं अन् एका कुटुंबात हिरवळ फुलवण्याचा आनंद मला मिळाला.

■■■

मी, माझे अन् मला...

१४. हेदर (Heather)

सतत स्वतःबाबत बडबड, स्वतःच्या क्षुल्लक तक्रारी, समस्या, दिनचर्या, आवडनिवड यांबाबत सतत बोलत राहतात.

काही लोक असेही आढळतात, की ज्यांच्या बोलण्यात नेहमी मी, माझं, मला इत्यादी (आत्मवाचक) शब्दच अधिक असतात. ते नेहमी स्वतःविषयीच बोलत असतात. आपल्या तक्रारी, आपल्या समस्या, स्वतःच्या अगदी क्षुल्लक गोष्टींबाबत ते सतत इतरांना ऐकवत राहतात. त्यांच्या आयुष्यातील छोट्यामोठ्या गोष्टींबाबत चर्चा करणं एवढंच अत्याधिक महत्त्वाचं असतं. अशा व्यक्ती Heather Type च्या असतात. त्या सतत बोलत असतात आणि बोलण्याची दिशा नेहमी 'मी'कडे वळवतात. 'हेदर' टाईपच्या अशा व्यक्तींबद्दलची ही प्रतिक्रिया पाहा.

कोणतीही गोष्ट करायची असो, बोलण्याचा विषय कोणताही असो, त्याचा केंद्रबिंदू आपणच असलं पाहिजे, असा या व्यक्तींचा आग्रह असतो. आजीची नातवंडं पैज मारतात, की विषय कोणताही असो, पाच मिनिटांच्या आत आजी तो आपल्याकडे वळवून घेते. स्वतःच्या आयुष्यातील अगदी क्षुल्लक गोष्टीही ती सारख्या सांगत असते.

हे सर्व सांगत बसायला कुणीही चालतं. अशा व्यक्तींना तुम्ही भेटलात, की लगेच त्यांचं हे 'बोलणं' सुरू होतं अन् ते ऐकून घ्यावंच लागतं. या त्यांच्या आत्मकेंद्रित बोलण्यामुळे समोरचा माणूस कंटाळतो; पण हे लक्षात आलं तरी 'हेदर' टाईपच्या व्यक्ती बोलतच राहतील. 'मी असं केलं... मला हे आवडतं... मला हे मुळीच पसंत नाही. माझ्या लहानपणी ही अशी परिस्थिती होती... आम्हाला हा त्रास सहन करावा लागला होता...' समोरच्या माणसाला त्यात काहीच इंटरेस्ट नसतो आणि काही औचित्य वाटावं अशा त्या गोष्टीच नसतात, त्यामुळे ही अव्याहत बडबड ऐकून घ्यायची. 'हूं हूं' म्हणत राहायचं, यानं तो अक्षरशः दमून जातो. स्वतःविषयी बोलावं ही इच्छा प्रत्येकाला असते; पण 'हेदर' टाईपची व्यक्ती पराकोटीला जाऊन पोहोचलेली असते. जणू ते त्यांचं व्यसनच असतं अन् आपल्याला स्वतःविषयी बोलायला आवडतं पण ते दुसऱ्याला आवडत नसेल, हा साधा विचार या व्यक्ती करत नाहीत, त्यामुळे अनेक वेळा अशा व्यक्तींना लोक टाळतात, हेही या व्यक्तींना समजत असतं; पण स्वतःविषयी दुसऱ्याला ऐकवत राहण्याचं त्यांचं व्यसन इतकं जबरदस्त असतं, की तुम्ही त्यांना भेटलात आणि लगेच जातो म्हणालात तरी त्या तुम्हाला जाऊ देणार नाहीत. जरूर पडली तर चहा-पोहेही देतील; पण बसवूनच घेतील. त्यांच्या तावडीत एकदा सापडलं की सुटका होणं मोठं कर्मकठीण, कारण 'मी' पुराण ऐकवत राहण्यासाठी त्यांना सतत कुणीतरी लागतं. एकटं राहायला त्यांना अजिबात आवडत नाही. लोकांच्या समस्यांबद्दल, त्यांच्या आवडीनिवडींबद्दल मात्र अशा व्यक्ती अजिबात इंटरेस्ट दाखवणार नाहीत आणि खरोखरच महत्त्वाचं असलं, तरी दुसऱ्याचं बोलणं कधीच ऐकून घेणार नाहीत. यापूर्वी वर्णन केलेलं 'ॲग्रिमनी' हे औषध आठवतं का पाहा. 'ॲग्रिमनी' टाईपच्या व्यक्ती 'हेदर' टाईपच्या व्यक्तीच्या अगदी विरुद्ध. या व्यक्ती आपलं दुःख, आपल्या समस्या कधीच इतरांना सांगत नाहीत किंवा दिसू देत नाहीत. आपण पूर्वी अभ्यासलं आहे, की 'सेंच्युरी' टाईपच्या व्यक्तींना दुसऱ्याला विरोध करता येत नाही आणि म्हणूनच 'हेदर' टाईपच्या व्यक्तीचंच त्या भक्ष्य बनतात. त्यांचं 'मी' पुराण ऐकून घेतात, अगदी थकून जाईपर्यंत.

काही व्यक्ती स्वभावतःच 'हेदर' टाईपच्या असतात; पण कधी ना कधी आपल्यापैकी जवळ जवळ प्रत्येक जण अशा मनःस्थितीतून जातो. कधी कधी आपण इतके निराश, उदास झालेलो असतो, की आपल्याबद्दल, आपल्या समस्यांबद्दल मित्रांना, घरातील माणसांना सांगत राहावं असं वाटतं. मनावरचं ओझं त्यामुळं हलकं झाल्यासारखं वाटतं. मनात कोंडलेली वाफ निघून जाते. माहीत असतं, आपण समोरच्या माणसाला 'बोअर' करत आहोत; पण मनावरचा ताण इतका असह्य

झालेला असतो की वाटतं, 'होऊ दे बोअर; पण मन तरी हलकं होईल.' असं नेहमीच होत असेल, तर 'हेदर' हे औषध अवश्य घ्या.

आता हेदर (Heather) या औषधाची आवश्यकताच नसलेल्या व्यक्ती कशा असतात ते पाहा–

अशा व्यक्ती अत्यंत समजूतदार असतात. दुसऱ्यांच्या भावनांना समजून घेणाऱ्या, त्यांना स्वतःइतकंच महत्त्व देणाऱ्या असतात. अशा व्यक्ती दुसऱ्याचं म्हणणं पूर्णपणे ऐकून घेतील. त्यांना त्यांच्या अडचणी सोडवण्यात मदत करतील, प्रसंगी स्वतःच्या समस्या दूर सारून. अशा स्वभावामुळे त्यांच्या स्वतःच्या समस्या सोडवणं त्यांना सोपं जातं. अशा व्यक्तींची मित्रमंडळीही भरपूर असतात.

अशोक, वय ३० वर्षं. नोकरी सुटल्यामुळे 'नर्व्हस ब्रेकडाउन' झालेला. औषधोपचार करूनही त्याला बरं वाटलं नाही आणि शेवटी परिस्थिती थोडीशी गंभीरच झाली. दुसरी नोकरी करण्यासारखी त्याची मनःस्थितीच राहिली नाही. सतत तो घरातच असे. सतत घरातील आई, बहीण, भाऊ, वडील यांच्याजवळ तो अव्याहतपणे स्वतःबद्दलच बडबडत राही. स्वतःची नोकरी, आपण तेव्हा कसे टिपटॉप राहत होतो... आपली तेव्हाची दिनचर्या इत्यादीविषयी आणि आपल्या बारीकसारीक तक्रारींविषयी तो सतत बोलत राही. संडासला साफ झालं नाही, आज निरुत्साही वाटतं आहे, काल झोपच लागली नाही, कालच्यापेक्षा आज जेवण कमी गेलं, आज डोकं दुखतं आहे... साध्या क्षुल्लक तक्रारी; पण त्यांचं तो सारखं वर्णन करत राही. घरातील माणसं ऐकून घेत; पण मित्रमंडळी त्याला टाळू लागली, त्यामुळे तो आणखीनच उदास झाला, अत्यंत निराश झाला. झोप लागेना. इतर तक्रारी तर होत्याच. त्याला हेदर (Heaher) आणि निराशावादी दृष्टिकोन उदा., मला बरंच वाटणार नाही, मला दुसरी नोकरी मिळणं अशक्यच आहे इत्यादी लक्षणांवरून यापूर्वी वर्णन केलंलं गॉर्स (Gorse) हे औषध दिलं. सहा महिन्यांच्या औषधोपचारांनंतर प्रकृतीत सुधारणा तर झालीच; पण त्यानंतर एकदोन महिन्यांत तो नवीन नोकरीवर रुजूही झाला. अजूनही मित्रांच्या घोळक्यात तो जेव्हा दिसतो तेव्हा एका जीवनाला दिशा दिल्याचं समाधान मिळतं.

सुशीलाबाईंना पेप्टिक अल्सरचा त्रास होत होता. स्वभाव अत्यंत बडबडा. आल्यागेल्याला जवळ बसवून घेऊन, चहापाणी देऊन त्या बोलत राहायच्या. नेहमी कुणीतरी त्यांना बोलण्यासाठी हवं असायचं. एकटेपणा अगदी नकोसा होई. उदास वाटत राही. वाटे, कुणीतरी ओझं दिलं आहे. त्यानं मन भरून गेलं आहे. ते मोकळं

केलंच पाहिजे; पण लोक मात्र त्यांना टाळत. थोडीशी चेष्टाही करत. आपल्याला लोक टाळतात हे समजूनसुद्धा सुशीलाबाईंचा बोलताना स्वतःवर ताबा राहत नसे. अन् एकट्याच असल्या, की छातीत जळजळणं, गॅस होणं, पोट दुखणं या तक्रारी फारच वाढत असत. त्यांना हेदर (Heather) हे औषध दिलं अन् स्वभावात सुधारणा झाली. एवढंच नव्हे; तर पेप्टिक अल्सरचा त्रासही कमी झाला.

■■■

मत्सर

१५. हॉली (Holly)

मत्सर, दुराग्रह, हेवेदावे, संशय, प्रेम–वात्सल्याचा अभाव.

मला वाटतं, 'हॉली' (Holly) हे औषध इतर औषधांपेक्षा अधिक महत्त्वाचं मानावं लागेल. कारण षड्रिपूंचा राजा जो 'मत्सर' त्याच्याबरोबर यशस्वी सामना करण्याचं काम 'हॉली' हे औषध करतं. प्रेम, वात्सल्य या भावना माणसाच्या जगण्याचा पाया आहेत आणि मत्सर ही भावना याच्या अगदी विरुद्ध, मनःक्षोभाची पायाभूत भावना होय. प्रेम ही जगातील अत्युच्च शक्ती होय. भीती, हेवा, मत्सर, निराशा, क्रोध या सर्व (नकारार्थी) भावना दूर करण्याची, मन शांतवण्याची, मनःशक्ती देण्याची शक्ती 'प्रेम, वात्सल्य' या एकाच भावनेत आहेत आणि ही भावना जर मनात नसेल, तर मत्सराचा अंधकार भरून राहिल्याशिवाय राहणार नाही. मत्सरामुळे हेवेदावे वाढतात, संशय बळावतो, असुरक्षितपणा वाढतो. गैरसमजुती, दुराग्रहीपणा, राग इत्यादी भावना मनाचा ताबा घेतात, कारण प्रेमाची बांधिलकीच संपलेली असते. डॉ. बॅच म्हणतात, 'प्रेम' या भावनेच्या विरुद्ध जे जे काही आहे, त्या प्रत्येक भावनेपासून बचाव करण्याची शक्ती 'हॉली' या औषधात आहे आणि म्हणूनच **जेव्हा एखाद्या रुग्णाला दिलेल्या कोणत्याच औषधाचा उपयोग होत नाही असं आढळून येतं किंवा लक्षणं निरनिराळ्या प्रकारची असतात, की कोणतं औषध द्यावं हेच समजणं अवघड होऊन बसतं, त्या वेळी**

'हॉली' हे औषध दिल्यास लक्षणं सुस्पष्ट होतात आणि इतर औषधांचा उपयोग होण्यास मदत होते.

भाऊबंदकीमुळे होणारी भांडणं, बायकोवर अथवा नवऱ्याबद्दल उगीचच कारण नसताना संशय मनात धरून हेरगिरी करणं, जातीयवाद, प्रेमाचा त्रिकोण अन् त्यातून उत्पन्न होणारी भांडणं, शेजारणीच्या घरी अमुक आहे, माझ्याकडे नाही हे घरगुती भांडणांचं नेहमीचं कारण, आई-वडील दुसऱ्याचे लाड माझ्यापेक्षा जास्त करतात यावरून भावंडांत होणारे वितंडवाद, सासवा-सुनांची भांडणं इत्यादींमुळे ज्या मानसिक किंवा शारीरिक तक्रारी नकळत उद्भवतात, त्यासाठी 'हॉली' हेच उत्तम औषध!

'हॉली' या औषधाची जरुरी नसलेले लोक कसे असतात, ते पाहा. जीवन जगण्याची कला त्यांना साधलेली असते. 'ठेविले अनंते तैसेची राहावे, चित्ती असू द्यावे समाधान' अशी त्यांची वृत्ती असतं. हे 'समाधान' त्यांच्या चेहऱ्यावर विलसत असतं. प्रत्येक कृतीतून, बोलण्या-चालण्यातून ते व्यक्त होत राहतं. जे त्यांच्याजवळ आहे त्यांचा ते पूर्ण उपभोग घेतील. माझ्यापेक्षा त्याच्याकडे अमुक आहे म्हणून मत्सर वाटून कारण नसताना दुःखी होणार नाही. विषमता हा जीवनाचाच एक भाग आहे आणि खरोखर त्यामुळेच जीवन सुंदर, वैचित्र्यपूर्ण बनलं आहे असं ते मानतील, अन् म्हणूनच ते मत्सरानं आपलं मन गढूळ करून घेणार नाहीत. जीवनातील असुरक्षितता, दुःख याबाबतीत खरोखरच ते सहनशीलता, समजूतदारपणा दाखवतात अन् म्हणूनच सुखी असतात.

काही रुग्णांची उदाहरणं

छोट्या राहुलला (वय ४ वर्षं) एक वर्षाची धाकटी बहीण होती. आई नोकरी करत असल्यामुळे तिला घरात वेळ कमीच मिळत असे आणि जो मिळत होता त्यातील जास्त वेळ साहजिकच छोट्या बाळासाठी दिला जाई. याचा राहुलच्या मनावर थोडासा विपरीतच परिणाम झाला. म्हणा ना! त्याला आपल्या या छोट्या बहिणीबद्दल मत्सर वाटू लागला. काही वेळा संधी मिळाली, की तो तिला चिमटे काढून रडवू लागला. आईला तर तो नेहमीच म्हणत राही, 'तू फक्त बाळाची आई आहेस, माझी नाहीस.' एकदा दोघांना जेवण भरवत असताना 'तिला भरवू नकोस' म्हणून ओरडत त्यानं छोट्या बहिणीला कॉटवरून ढकलून दिलं. आता मात्र खरोखरच काळजी करण्यासारखी परिस्थिती निर्माण झाली. काय करावं समजेना आणि फक्त या दोघांनाच एकत्र ठेवून जाणंही अवघड झालं; पण राहुलला हॉली व यापूर्वी वर्णन केलेले 'चिकोरी' हे औषध दिलं अन् दोनतीन आठवड्यांतच त्याच्या वागण्यात फरक पडला. आता तर राहुल गाणी म्हणून छोट्या बाळाला रिझवत असतो आणि कधी

कधी त्यांच्या गाण्यांनी अन् बाळाला गोंजारण्यामुळे बाळाची झोपमोड तर होणार नाही ना, याची काळजी आईला करावी लागते.

मुकुंदराव, वय ४० वर्षं. चांगली नोकरी होती. घरात खूप श्रीमंती नसली तरी टी.व्ही., फ्रीज इत्यादी वस्तू होत्या. खाऊनपिऊन सुखी कुटुंब होतं. काळजी करावी असं काही नव्हतं; पण एक प्रमोशन हुकलं. त्यांना न मिळता ते ऑफिसमधील दुसऱ्या माणसाला मिळालं. झालं! मुकुंदराव रागानं हिरवे-पिवळे झाले. ही बातमी कळल्यावर पचनाच्या तक्रारी सुरू झाल्या. छातीत जळजळ, पोटात दुखणं इत्यादी तर सुरू झालंच; पण ब्लडप्रेशरही अचानक वाढलं. मुकुंदरावांना हॉली आणि इम्पेशन्स (Impatiens) या दोन औषधांची गरज होती, यांमुळे राग अन् मत्सर या दोन्ही भावनांवर ताबा आला अन् मग मुळावरच घाव पडल्यामुळे सर्व लक्षणांच्या फांद्याही आपोआप गळून पडल्या.

सविता अन् सुधा दोन सख्ख्या बहिणी. दोघीही तशा दिसायला बऱ्यापैकी. बी.ए.पर्यंत शिकल्या, लग्नं झाली; पण सुधाच्या नवऱ्यानं नोकरी सोडून देऊन व्यवसाय करण्यास सुरुवात केली. त्यांची आर्थिक स्थिती पालटली. अर्थातच, सविताला तिच्याविषयी थोडा मत्सर वाटू लागला. इतके दिवस सुखीसमाधानी असलेल्या कुटुंबाची घडीच विस्कटल्यासारखं झालं. 'आमचं मेलं नशीबच फुटकं! आम्ही आयुष्यभर असेच कुजत राहणार, अंगावर मेले चार दागिने नाहीत धड' इत्यादी. यांमुळे आर्थिक स्थिती तर बदलली नाहीच, ती बदलणारही नव्हती. नवराबायकोत भांडणं मात्र सुरू झाली. सविताला धड झोप लागेना. प्रकृती वारंवार बिघडू लागली. वजनही कमी झालं. भूक लागेना. डोकेदुखीही सुरू झाली; पण तिचा नवरा समजूतदार होता. या सर्वांपाठीमागचं कारण एक दिवस त्याच्या लक्षात आलं. सविताला त्यानं समजावलं; पण फारसा उपयोग झाला नाही. पण 'हॉली' दिल्यावर तिला मनःशांती मिळाली अन् पटलं की सुख हे मानण्यावर आहे. मनुष्यानं दुःखीच राहायचं ठरवलं, तर अशा अनंत गोष्टी आहेत, की त्या आपल्याजवळ अमुक एका माणसापेक्षा कमी आहेत म्हणून तो आयुष्यभर दुःखी राहील; पण सुखी राहायचं ठरवलं तर नक्कीच आपल्याजवळच्या चांगल्या गोष्टींनी समाधानात जगू शकेल, हे समजलं, उमजलं अन् तिच्या तक्रारी महिन्याभरातच कमी झाल्या. आता सविता घरातच एक ब्युटीपार्लर चालवते. स्वतःचं व्यक्तिमत्त्व तर तिनं सुधारलं आहेच; पण थोडी हौसमौज करण्यासाठी पैशांचीही मदत होऊ लागली अन् मुख्य म्हणजे, दिवसभर आवडत्या कामात मग्न राहिल्यामुळे नको ते विचार मनात यायचे बंद झाले.

■■■

वर्तमानकाळात जगा!

१६. हनीसकल (Honey Suckle)

भूतकाळ सतावतो, अपुऱ्या इच्छा, दुःखद प्रसंग, अपयश सतत आठवत ही माणसं जणू भूतकाळात जगत असतात.

आता आपण 'हनीसकल' (Honey Suckle) या औषधाबद्दल माहिती घेणार आहोत. डॉ. बॅच या औषधाबद्दल म्हणतात, 'हनीसकल' हे औषध भूतकाळातील दुःखद प्रसंग, अपुऱ्या राहिलेल्या इच्छा, आकांक्षा, पश्चात्तापाचे क्षण हे सर्व विसरायला लावतं. या भूतकाळातील गोष्टींचे अनिष्ट परिणाम नष्ट करून वर्तमानकाळातच जगायला शिकवतं. अनेक वेळा वृद्ध माणसं भूतकाळातील आठवणीत रमलेली आपण पाहतो. पण त्यांच्या बाबतीत खूपदा हे नैसर्गिकच असतं, कारण त्यांचा भूतकाळ वर्तमानापेक्षा अधिक संपन्न, अधिक समृद्ध असतो. अर्थात, भूतकाळातील दुःखकारक गोष्टीच आठवून पश्चात्तापानं हळहळत असतील, तर मात्र त्यांनी हनीसकल या औषधाची गरज आहे असं अवश्य समजावं; पण फक्त वृद्धांनाच हे औषध उपयुक्त आहे असं नव्हे. दुसरीकडे, आईवडिलांना सोडून राहायची सवय नसलेली लहान मुलं, एखाद्या नातेवाइकाकडे राहायला गेली, की अस्वस्थ होतात. शाळेतील पहिला दिवस, होस्टेलवरील पहिले काही दिवस, नववधूचे सासरी राहण्याचे पहिले काही दिवस, परदेशात गेल्यावर मायदेशीच्या आठवणींनी येणारा अस्वस्थपणा, नोकरीतील

बदलीमुळे नवीन गावात राहायला लागतं अशा वेळी वाटणारी हुरहुर! अशा अनेक बाबतींत हे औषध उपयुक्त ठरतं. कधी कधी भूतकाळातील काही दुःखदायक प्रसंगांचा मनावर इतका जबरदस्त परिणाम होतो, की त्या खुणा पुसून टाकणं अत्यंत अवघड होऊन बसतं. प्रिय व्यक्तीच्या अपघाती मृत्यूमुळे अनुभवलेलं दुःख, स्वतःच एखाद्या अपघातात सापडणं, अत्यंत भीतिदायक प्रसंगातून जाणं इत्यादी. या गोष्टींचा परिणाम मनावर चिरकाल टिकून राहतो आणि या ना त्या स्वरूपात त्याचे पडसाद जाणवत राहतात. मनुष्य या भूतकाळातच मनानं वावरत राहतो. वर्तमानाचा विचारच केला जात नाही, त्यामुळे नवीनच समस्या उभ्या राहू लागतात. ज्यांना या औषधाची जरूरच नसते, ते लोक कसे असतात–ते पाहू या.

असे लोक वर्तमानकाळात जगत असतात, खऱ्या अर्थानं! भूतकाळातील सुखद आठवणी त्यांना जरूर आनंद देतात. एवढंच नव्हे; तर भूतकाळातील अपयश, चुका, दुःखद प्रसंग यांचे अनुभव कुशलतेनं वापरून त्यापासून काहीतरी घेऊन ते आपला वर्तमानकाळ अधिकच समृद्ध बनवतात. या प्रसंगांची दुःखद आठवण त्यांच्या मनातून केव्हाच पसार झालेली असते.

खरोखरच माणसानं ठरवलं, की आजच्या दिवसाच्या बंदिस्त पेटीत जगायचं, हा 'आज' पूर्णपणे उपभोगायचा, आनंदातच घालवायचा तर त्याच्या कितीतरी चिंता दूर होतील. दुःखं मिटतील.

काही रुग्णांची उदाहरणं

सुशीलाबाई. वय ४० वर्षं. सध्याचा संसार सुखाचा; पण वडिलांच्या दारूच्या व्यसनामुळे बालपणात मनस्ताप सहन करावा लागला. बालपणातील असाच एक मनावर खोल आघात करून गेलेला प्रसंग! दारूच्या नशेत असताना वडील घरी आले अन् आईजवळ पैसे मागू लागले. ती तरी कुठून देणार बिचारी! भांडण पेटलं अन् त्याच भरात त्यांनी सुशीलेचा गळा धरला. 'मला पैसे दे, नाहीतर हिचा गळाच दाबतो बघ!' छोटी सुशीला घाबरून गेली. जिवाच्या आकांतानं ओरडली. कशीबशी तिनं आपली सुटका करून घेतली; पण या प्रसंगाची खोल जखम झाली. तेव्हापासूनच आपण गुदमरून जाऊ अशी भीती उगीचच तिला वाटत राही, परंतु मासिक पाळी जाण्याच्या वेळेला जेव्हा स्त्री अधिक भावनावश बनते, तेव्हा हा त्रास फारच वाढला. त्यांना वाटू लागलं, की आपला घसाच कोणत्यातरी रोगानं बंद होत चालला आहे आणि आपण गुदमरून मरून जाणार. वडिलांबद्दल विचार मनात आले, की त्या फारच उद्विग्न होत. क्ष-किरण व इतरही सर्व प्रकारच्या तपासण्या झाल्या. निष्पन्न काहीच

झालं नाही. आता तर त्यांना गिळतानाही त्रास होऊ लागला. 'हनीसकल' हे औषध जुन्या, दुःखद आठवणी विसरण्यासाठी, तसेच यापूर्वी वर्णन केलेले 'हॉली' हे औषध (वडिलांबद्दल मनात असलेली कटुता विसरण्यासाठी) दिलं. तीन आठवड्यांनंतर त्यांना अन्न वगैरे व्यवस्थित गिळता येऊ लागलं व प्रकृतीही सुधारली; पण मधूनच गुदमरल्यासारखं होत होतं. आपण गुदमरूनच मरून जाणार या भीतीनं त्या झोपेतून थरथरत उठल्या. नंतर हा प्रकार वरचेवर होऊ लागला. या आत्यंतिक भीतीसाठी त्यांना 'रॉक रोझ' (Rock Rose) हे औषध दिलं अन् आता सुशीलाबाईंनी कळवलं आहे, 'मला खूप बरं वाटतं आहे. कसलाच विशेष त्रास नाही. वडिलांबद्दलही आता पूर्वीसारखी उद्विग्नता, चीड, संताप वाटत नाही. उलट कधी कधी दया येते त्यांची, की आमच्यापेक्षाही त्यांनी स्वतःचं आयुष्य अधिक बरबाद केलं. या व्यसनापायी रोगाची ते शिकार झाले.'

मंगलाताईंना पतिनिधनाचा जबरदस्त धक्का बसला अन् त्यानंतर त्यांना अतिसाराचा त्रास सुरू झाला. त्यांनी पत्रात लिहिलं होतं, 'मला खूप निराशा वाटते. पतिनिधनामुळे आयुष्यात कधीही भरून न येणारी पोकळी निर्माण झाली आहे. जगण्यासासारखं काही उरलं असं वाटत नाही. एखाद्या प्रसंगी त्यांची तीव्र आठवण होते. वाटत राहतं, आज ते असते, तर ही समस्या माझ्यावर उभा राहिली नसती अन् अशा वेळी हा विकार उचल खातो. मंगलाताईंना 'हनीसकल' आणि मनाला बसलेला धक्का दूर करण्यासाठी 'स्टार ऑफ बेथलहेम' हे औषध दिलं. हळूहळू दोनतीन महिन्यांत अतिसाराचा विकार पूर्णतः कमी झाला. एवढंच नव्हे, तर जीवन झाकोळून टाकणारं नैराश्यही गेलं. आता त्या घरी शिवणाचा क्लास चालवतात. जीवनात त्यांना रस निर्माण झाला आहे.

माधवराव. वय ४० वर्षं. काही कारणामुळे पूर्वीच्या व्यवसायात अपयश आलं. आर्थिक नुकसानही झालं आणि त्यांनी फर्निचर तयार करण्याचा नवीन व्यवसाय सुरू केला. या नवीन व्यवसायात सुरुवातीला कष्ट करावे लागले, तरी आता चांगलाच जम बसला होता; पण तरीही काही छोट्या कारणांमुळे थोडंसं जरी नुकसान झालं, तरी माधवराव अस्वस्थ होत. त्यांना अपचनाचा त्रास होई आणि मागील अपयशाच्या आठवणी वारंवार येत, यांमुळे कधी कधी खूपच निराशा, उदासपणा येई. त्यांना साध्याशा कारणामुळेही येणारं नैराश्य दूर करण्यासाठी यापूर्वी वर्णन केलेलं 'हनीसकल' आणि जेन्शियन हे औषध दिलं आणि माधवरावांचा उदासपणा अन् अपचनाचा त्रास नाहीसा झाला. आता तेच माधवराव तुम्ही भेटलात तर तुम्हाला सांगतील, 'अपयश ही यशाची पहिली पायरी आहे. अहो, त्या धंद्यापेक्षा या व्यवसायात अधिक कमावतो आहे मी!'

■■■

मन्डे मॉर्निंग रेमेडी!

१७. हॉर्नबीम (Hornbeam)

कोणतंही काम सुरू करताना थकवा, मरगळ,
आत्मविश्वासाचा अभाव, परंतु सक्षम व्यक्ती.
एकदा काम सुरू केल्यानंतर मात्र पार पाडतात.

लेखाचं शीर्षक वाचून नक्कीच तुमच्या मनात कुतूहलपूर्ण उत्सुकता निर्माण झाली असेल. परंतु 'हॉर्नबीम' (Hornbeam) या औषधाविषयी लिहिताना हेच शीर्षक योग्य आहे हे तुम्हालाही पटेल.

थकवा, अशक्तपणा इत्यादी तक्रारींसाठी 'हॉर्नबीम' हे एक महत्त्वाचं औषध आहे. परंतु हा थकवा शरीराआधी मन व्यापून टाकतो. एखादं काम अनेक वेळा केलेलं असतं; पण तरीही पुन्हा करण्याची पाळी येते तेव्हा उगीचच वाटतं हे मला जमेल की नाही, पूर्ण करता येईल का नाही? उदाहरणार्थ, आजारपणानंतर जेव्हा पुन्हा नोकरी-व्यवसायात रुजू होण्याची वेळ येते तेव्हा! किंवा एखाद्या गृहिणीच्या बाबतीत सणावाराला, सुट्टीत पाहुणेमंडळी जमणार असणार तेव्हा, घरात बारसं, मंगळागौर, लग्न, मुंज यांसारखी कार्यं होणार असतात तेव्हा, घरातील एखादी व्यक्ती आजारी पडते किंवा सुनामुलींचं बाळंतपण इत्यादींचं जेव्हा एखादं जादा काम अंगावर पडणार असतं तेव्हा एखाद्याला वाटणं सहज शक्य आहे, की कसं बाई एवढं काम निपटणार मी? या विचारानंच ती हैराण होऊन जाते. तिला थकवा जाणवू लागतो. अर्थात,

जेव्हा ती कामाला सुरुवात करते, तेव्हा नेहमीच्याच कुशलतेनं सर्व काही यथासांग पार पाडते. अशा वेळी 'हॉर्नबीम' या औषधाची गरज असते.

या लोकांची गंमत अशी, की सकाळी उठताना पूर्ण विश्रांती, झोप झाल्यावर असतात त्यापेक्षा संध्याकाळी ते अधिक ताजेतवाने वाटतात, याचं कारण सकाळी उठताना दिवसभराची कामं आपल्याला कशी काय जमतील? तेवढी शक्ती आपल्याजवळ नाही, असं वाटूनच त्यांना थकवा आलेला असतो. रविवारची सुट्टी आणि विश्रांतीनंतर सोमवारी उद्योगधंद्यासाठी बाहेर पडताना ताजंतवानं वाटायला हवं. उत्साह वाटायला हवा, नाही का? पण या व्यक्तींच्या बाबतीत तसं घडत नाही. सोमवारी सकाळी मानसिक थकव्यामुळे (अरे बापरे! पुन्हा आठवडाभर इतकी कामं करायची आहेत! कशी जमणार?) ते अगदी दमल्यासारखे असतील; पण एकदा का कामाला सुरुवात केली, की ते सहजपणे पार पडतं असं कळल्यावर हळूहळू त्यांचा हा थकवा आपोआप कमी होत जाईल म्हणूनच या औषधाला 'मन्डे मॉर्निंग रेमेडी (Monday Morning Remedy) असं म्हटलं आहे.

थकव्यासाठी वापरलं जाणारं 'ऑलिव्ह' (Olive) नावाचं दुसरं एक औषध आहे; पण या व्यक्तींच्या बाबतीत मात्र असं होतं, की ते एखाद्या कामाला सुरुवात करतात अन् त्यानंतर त्यांना जाणवतं, की 'छे! हे काम आपल्या आवाक्याबाहेरचं आहे. ते पूर्ण करण्यास आपली शक्ती पुरी पडणार नाही.' अन् ते काम त्यांना अर्धवट सोडून द्यावं लागतं. आहे की नाही 'हॉर्नबीम' या औषधाच्या अगदी उलट प्रकार. 'हॉर्नबीम' हवं असणाऱ्या व्यक्तीला काम सुरू करण्याआधी (मानसिकदृष्ट्या) थकवा जाणवतो अन् एकदा कामाला सुरुवात केल्यावर मात्र या व्यक्ती ते काम अवश्य पुरं करतात. अशा उगीचच जाणवणाऱ्या थकव्यावर टॉनिक म्हणून नेहमीच घरात 'हॉर्नबीम' हे औषध ठेवण्यास हरकत नाही.

एखादा हुशार विद्यार्थी! आतापर्यंत त्यानं अनेक वेळा परीक्षा दिलेल्या असतात. चांगले गुणही मिळवलेले असतात; पण त्या वेळी मात्र परीक्षेला जाताना त्याला वाटतं, छे! आपल्याला काही जमणार नाही हा पेपर नीट लिहायला! पण एकदा का लिहायला सुरुवात केली, की सर्व काही छान पार पडत, पण परीक्षेआधी बेचैनी, उदासपणा, अस्वस्थपणा मात्र असह्य असतो. तो दूर करण्यासाठी हवं असतं 'हॉर्नबीम!'

व्याख्याते, गायक, नट इत्यादींच्या बाबतीतही असा थकवा, आत्मविश्वास नसणं, बेचैनी उद्‌भवणं अनेक वेळा संभवतं. इतक्या वेळांच्या अनुभवानं माहीत असतं, की करायचं काम पूर्ण करण्यास ते समर्थ आहेत; पण सुरू करण्यापूर्वी तो आत्मविश्वास

नसतो, यांमुळे ते स्वतःवर उदास होतातच; पण जवळची माणसंही. अशा वेळी 'हॉर्नबीम' उपयोगी पडतं.

काही माणसं नेहमी टॉनिकच्या शोधात असतात. तशी त्यांची शरीरप्रकृती अगदी ठाकठीक असते. इतर तक्रारीही असतात असं नाही. आपली कामं, नोकरी-व्यवसायही ते उत्तम प्रकारे पाडत असतात; पण त्यांना थकवा जाणवत असतो. तीच एक तक्रार असते त्यांची अन् हा थकवा सकाळी, कामाला सुरुवात करण्यापूर्वी जास्त जाणवतो. 'डॉक्टर, सकाळी एवढा थकवा जाणवतो, अगदी उठावंसं वाटत नाही अंथरुणातून!' गळून गेल्यासारखं वाटतं.'

या व्यक्ती सांगून काही देखावा करत असतात असं मात्र नाही. त्यांना हा असा थकवा खरोखरच जाणवत असतो. मन आधी थकतं मग शरीर, एवढंच!

अशा व्यक्तींनी मग कितीही टॉनिक्स घेतली, तरी हा थकवा जात नाही, कारण तो मानसिक पातळीवर असतो. तो दूर होऊ शकतो, फक्त 'हॉर्नबीम' या औषधानंच!

या औषधाची जरुरी नसणाऱ्या माणसांना स्वतःच्या सामर्थ्याची पूर्ण कल्पना असते. एखादं काम पूर्णपणे आपल्या आवाक्यातील आहे याची त्यांना खात्री असते आणि एखादं आवाक्याबाहेरचं काम अंगावर पडलं तरी ते करायचंच आहे, असं एकदा ठरल्यावर ते निर्भीडपणे कामाला सुरुवात करतील. त्यांना माहीत असतं, इच्छा असेल, तर जरूर मार्ग सापडेल; पण हे समजून उमजून न घेणाऱ्या व्यक्तींच्या बाबतीत हे आंतरिक इच्छेचं दार उघडण्याचं काम 'हॉर्नबीम'ला करावं लागतं.

मधुराताई. वय ५० वर्षं. एका शाळेच्या मुख्याध्यापिका. इतके दिवस अगदी यशस्वीपणे शाळेची धुरा त्यांनी सांभाळलेली; पण हल्ली का कुणाला ठाऊक? त्यांना विलक्षण थकवा जाणवू लागला होता. शाळेचं काम वाढलं आहे आणि ते आपल्याला जमणं शक्यच नाही असं त्यांना वाटू लागलं अन् यांमुळे झोप नीट लागेना. लागली तरी तीनचार तास, पहाटे खूप लवकर जाग यायची. खूप उदास वाटायचं. सकाळ तर होऊच नये असं वाटायचं. शेवटी आपण राजीनामा द्यावा, असं त्यांना वाटू लागलं. सहज त्यांची भेट झाली अन् बोलता-बोलता त्यांनी मला आपल्या तक्रारी सांगितल्या. त्यांना म्हटलं, 'तुमचा राजीनामा देण्याचा विचार सहा महिने पुढे ढकला.' त्यांना 'हॉर्नबीम' अन् यापूर्वी वर्णन केलेलं 'इल्म' (Elm) हे औषध दिलं. दोन महिन्यांनी त्यांच्या तक्रारी खूपच कमी झाल्या. अन् सहा महिन्यांनी त्या आल्या, तेव्हा राजीनामा देण्याचा विचारही त्या विसरून गेल्या होत्या. एवढंच नव्हे; तर त्यांनी दहावीच्या मुलांसाठी संध्याकाळी स्पेशल क्लास सुरू केला होता.

शंकरचा हात यंत्रात सापडला अन् कापून काढावा लागला. कारखान्याचे मालक खरोखरच सज्जन गृहस्थ होते. त्यांनी हॉस्पिलटचा सर्व खर्च केला. थोडी नुकसानभरपाई तर दिलीच; पण कारखान्यातच स्वतःच्या हाताखाली काम दिलं. फाइल्स नेणं-आणणं इत्यादी. जे शंकरला सहज जमण्यासारखं होतं. बरं वाटल्यावर त्याला कामावर रुजू व्हायचं होतं; पण आता आपल्याला ते कामही जमणार नाही, असं त्याला वाटू लागलं. अशक्तपणा आहे या सबबीखाली तो कामावर जाण्याचा दिवस पुढे ढकलू लागला. भूक-झोपही नीट लागेना आणि तो अत्यंत निराशही झाला होता. 'आता मी कसला काय करतो. बायकोच्या जिवावरच जगावं लागणार?' असं तो आल्या-गेल्याला सांगू लागला. एक दिवस पार्वती आली अन् म्हणाली, 'बाई, तुमी तरी सांगून बघा हो त्यानला, नशीब आपलं म्हणून हातावर निभावलं. मालक देवमाणूस हाईती, आता झालं, गेलं इसरून कामावर गेलं तर जीव रमेल म्हणते मी! घरात बसून आपल्याबी अन् माझ्याबी डोकीस लई तरास करू लागलेत!' पार्वतीचं म्हणणं खोटं नव्हतं. शंकरला 'हॉर्नबीम' अन् त्यांच्या नैराश्यासाठी 'गॉर्स' हे औषध दिलं. अन् महिन्याभरातच शंकर कामावर जाऊ लागला.

■■■

लवकर आटपा!

१८. इम्पेशन्स (Impatiens)

हुशार कार्यक्षम, कर्तृत्ववान, उत्साही, भरभर वेगानं काम करणारे, परंतु उतावीळ, अस्वस्थ, अधीर, चटकन चिडतात. सावकाश काम करणाऱ्यांवर रागावतात. त्यांना सहन करू शकत नाहीत.

लवकरच आटपा! इम्पेशन्स (Impatiens) टाईपच्या व्यक्ती दिवसातून अनेक वेळा या शब्दांचा जणू ध्रुवपदासारखा जप करत असतात. या व्यक्ती स्वतः अत्यंत हुशार असतात. कोणतीही नवीन गोष्टही चटकन त्यांच्या लक्षात येते, ध्यानात येते. कोणताही निर्णय ते चटकन घेतील. आपली कामं अत्यंत वेगानं उरकतात. इतकंच नव्हे; तर त्यांचं चालणं-बोलणं, खाणं-जेवणं सर्वच अत्यंत भराभर असतं. अन् यामुळे त्यांच्या सहवासात येणारी दुसरी व्यक्ती जर त्यांच्या वेगानं काम करणारी नसेल, तर मात्र तिची धडगत नसते. एखादा सावकाश बोलणारा असेल, तर 'इम्पेशन्स' टाईपची व्यक्ती बोलताना आपण स्वतःच त्याचं वाक्य चटकन पूर्ण करतील. एखादा विशिष्ट काम सावकाश करत असेल, तर अशी व्यक्ती, त्याच्या हातातून वस्तू ओढून घेऊन स्वतःच ते काम पूर्ण करून टाकेल. हळूपणा, आळस अशा व्यक्ती अजिबात सहन करूच शकत नाहीत. स्वतः त्या अत्यंत बुद्धिमान व कार्यक्षम असतात. कर्तृत्ववान व उत्साही असतात; पण त्यांच्या वेगाला पुरे न पडल्यामुळे हाताखालच्या व्यक्तींना मात्र अशा व्यक्तींबरोबर काम करणं अवघड होऊन बसतं. या व्यक्ती रागावतातही चटकन;

पण त्यांचा राग जितक्या लवकर येतो, तितक्याच लवकर जातो. एखादं काम लवकर आटपलं नाही की या व्यक्ती अत्यंत अस्वस्थ बनतात, चिडतात.

आजाराच्या बाबतीतही हेच! अशा व्यक्ती आजारी पडल्या तर आपण लवकर बरे होत आहोत असं कधीच वाटत नाही. उलट डॉक्टरवरच चिडतील, आपल्याला अजून बरं कसं वाटत नाही म्हणून! या अशा स्वभावामुळे त्यांच्यावर कधी कधी आत्यंतिक मानसिक ताण येतो आणि या ताणाचा परिणाम जणू शरीराच्या सर्व स्नायूंवर होतो. अर्धशिशी, अतिरक्तदाब, शरीरातील इतर भागांत वेदना, पचनासंबंधी तक्रारी इत्यादी सुरू होतात.

घाईगडबडीमुळे अशा व्यक्तींच्या बाबतीत लहानमोठे अपघातही अनेक वेळा होतात. उदा., चालताना रस्ता नीट न पाहिल्यामुळे रस्त्यातील दगड किंवा तत्सम वस्तूवर आपटून ठेच लागणं ही त्यांच्या बाबतीत नेहमीचीच गोष्ट. रस्ता ओलांडतानाही वाहनं, ट्रॅफिक, सिग्नल याकडे त्यांचं लक्ष असतंच असं नाही. ते नेहमी गडबडीत तर असतातच; पण अनेक वेळा रागावतातही, यांमुळे दार लावताना इतक्या जोरात ढकलतील की त्यांचाच हात सापडून बोटं चेंगरावीत. चहा पिताना तो सांडून भाजणं, पोळणं व्हावं.

प्रत्येक गोष्ट अत्यंत लवकरच झाली पाहिजे असा त्यांचा आग्रह असतो. म्हणूनच अनेक वेळा ते सांगतात, 'जा पाहू तुम्ही सर्व जण! मी माझं काम उरकून टाकतो चटकन!' एकट्यानंच काम करणं ते अधिक पसंत करतात, पाहा! तुमचा बॉस या टाईपचा आहे का? तसे असेल, तर जरूर त्यांच्या पिण्याच्या पाण्यात 'इम्पेशन्स' मिसळा. नक्कीच काही दिवसांनी 'साहेब' थोडे सहनशील झालेले आढळतील. म्हणजेच हाताखालच्या लोकांचा कामाचा वेग त्यांच्यापेक्षा थोडा कमी असला, तरी त्यांना तो सुसह्य वाटेल. एवढंच नव्हे तर त्यांचा रागही थोडा आटोक्यात येईल.

डॉ. बॅच स्वतःच या टाईपचे होते. अर्थात, जीवनातील काही काळच! त्यांचे विचार ऐकणाऱ्यांच्या लगेच लक्षात आले नाही किंवा मदतनीस हळू काम करणारा असला की त्यांना खूप राग येत असे. ते अत्यंत अस्वस्थ बनत. एवढंच नव्हे; तर अत्यंत संवेदनक्षम असल्यामुळे त्वचेवरही एका विशिष्ट प्रकारचा लाल पुरळ उठत असे. थोडा राग शांत झाल्यावर तो दाखवून ते म्हणत, 'पाहा, मी तुमच्यावर रागावतो त्याचा तुमच्यापेक्षा जास्त त्रास मलाच होतो.' पुढे 'इम्पेशन्स' हे औषध शोधून काढल्यानंतर त्याच्या एखाद्या डोसनंच हा प्रकार कमी होत असे अन् काही काळानंतर तो उठणंही बंद झालं.

ललिताबाई, वय ५० वर्षं. त्यांचा स्वभावही असाच. घाईगडबडीत एक दिवस त्या जिन्यावरून पडल्या. पाय मुरगळला. त्यांना उठताही येईना; पण त्याचबरोबर त्या इतक्या रागावल्या होत्या, की पुढे जाऊन त्यांना तिथंच सोफ्यावर निजवलं. त्यांच्या मुलानं त्यांना त्यांचे डॉक्टर येईपर्यंत काहीतरी द्यावं म्हणून नेहमी घरात असलेलं ललिताबाईंचं खास औषध (इम्पेशन्स) त्यांना दिलं. निदान त्यांचा राग तरी शांत होऊ दे म्हणून अन् आश्चर्य म्हणजे राग तर निवळलाच; पण पायातील वेदनाही आश्चर्यकारकपणे कमी झाल्या.

अशा प्रकारचा स्वभाव असलेल्या व्यक्तींना पचनाच्या तक्रारीही नेहमी असतात; पण कारण त्यांचा रागाचा अन् घाईगडबडीचा परिणाम पचनसंस्थेवर– विशेषतः जठराच्या पाचकरसाच्या स्रवणावर होतो. झोप न लागणं, अस्वस्थपणा, थकवा, मन एकाग्र न होणं इत्यादी मानसिक तक्रारीही आढळतात. तसेच, स्नायूंच्या तणावजन्य तक्रारी, कळा, वेदना, अर्धशिशी, अतिरक्तदाब, मासिक पाळीच्या वेळी पोटात दुखणं व इतर शूळ या प्रकारच्या तक्रारीही प्रामुख्यानं आढळतात. अशा व्यक्तींनी 'इम्पेशन्स' हे औषध सतत जवळ बाळगलं, तर त्यांना जरूर मनःशांती मिळेल व वरील शारीरिक तक्रारीही कमी होतील.

■■■

केल्याने होत आहे रे!

१९. लार्च (Larch)

आत्मविश्वासाचा संपूर्ण अभाव व अपयशाची भीती, यांमुळे कोणतंही काम हाती घेत नाहीत.

या प्रकरणात आपण एका अत्यंत महत्त्वाच्या औषधाबद्दल माहिती घेणार आहोत. दैवदत्त गुणांचा यशस्वीरीत्या उपयोग करून घेण्यासाठी आत्मविश्वासाची आवश्यकता असते आणि तो नसेल, तर गुणी माणूससुद्धा आयुष्यात काहीच कर्तृत्व गाजवू शकत नाही. लार्च (Larch) हे औषध अशा व्यक्तींना आत्मविश्वास प्रदान करते.

या टाईपच्या व्यक्तींना स्वतःबद्दल खात्री असते; पण ती विशिष्ट कामं मला मुळीच जमणार नाही याची. ते काही करायलाच तयार होणार नाहीत, कारण आपल्याला अपयशच येणार असं त्यांना वाटत असतं नि अपयश येणारच म्हणून ते प्रयत्नही करत नाहीत, करायला धजावत नाहीत. अर्थातच, जीवनात यशस्वी होऊ शकत नाहीत. कर्तृत्वाचा गौरव त्यांच्या नशिबी लिहिला जात नाही. त्याविना त्यांचं जीवन अळणी, रसहीन बनतं अन् खूप वेळा अशा व्यक्ती अत्यंत उदास व निराश बनतात. आयुष्याचा गाडा कसाबसा ढकलत राहतात. इतर यशस्वी लोकांचं मात्र त्यांना कौतुक वाटतं. मत्सर किंवा हेवा मुळीच वाटत नाही. त्यांची ते स्तुतीच करतील अन् म्हणतील, 'मलाही असं काहीतरी करता आलं असतं तर किती बरं झालं असतं.'

'हॉली' टाईपच्या व्यक्तींना इतर यशस्वी व्यक्तींचा मत्सर वाटतो. तसं 'लार्च' टाईपच्या व्यक्तींचं नसतं, कारण ते स्वतः हुशार, गुणी असतात, फक्त आत्मविश्वासाच्या संपूर्ण अभावामुळे आणि अपयशाच्या भीतीमुळे जीवनात मागे पडतात.

उदाहरणार्थ, बँकेत वगैरे वरच्या पोस्टसाठी परीक्षा असतात. 'लार्च' टाईपची व्यक्ती उदा., श्रीकांत परीक्षेचा फॉर्मही भरणार नाही. मी नापासच होणार अशी जणू त्याला खात्री असते. महेशचा आवाज चांगला आहे. गाणं सुरेल म्हणतो; पण कधीच कोणत्या गायनाच्या स्पर्धेत भाग घेत नाही. का? म्हणून विचारल्यावर तो सांगेल की इतकी चांगली मुलं येणार तिथं. मला काय बक्षीस मिळणार? उगीच हात दाखवून अवलक्षण कशाला? 'प्रयत्नांति परमेश्वर' हा दृष्टिकोन जवळ करायलाही तो तयार नाही.

मधुकररावांना प्रमोशन मिळालं. पगार वाढणार होता; पण बदली घेऊन दुसऱ्या गावी जावं लागणार होतं. सर्वांनाच आनंद झाला; पण मधुकररावांनी प्रमोशन नाकारलं. आपल्याला ती जबाबदारी झेपणार नाही असं सांगून!

प्रमोदला वरचेवर टॉन्सिलचा त्रास होत होता. सूज येऊन तापही येत असे. त्याच्या मित्रानं त्याला सांगितलं, 'अरे, मलाही असाच त्रास होत होता अन् अमुक-अमुक डॉक्टरांच्या औषधानं मला बरं वाटलं. तूही जा त्यांच्याकडे' प्रमोदनं त्याला सांगितलं, 'तुला बरं वाटत असेल रे; पण मला नाही वाटणार. तो डॉक्टर चांगला असेल; पण माझा आजारच तसा आहे.' प्रमोदला टॉन्सिलायटिससाठी औषध देण्याकरता आधी 'लार्च' घेण्याची आवश्यकता आहे. श्रीकांत, महेश, मधुकरराव, प्रमोद या सर्वांना 'लार्च'ची गरज आहे.

'लार्च' या औषधाची जराही आवश्यकता नसणाऱ्या व्यक्ती कशा असतात पाहू या. 'अशक्य' हा शब्दच त्यांच्या शब्दकोशात नसतो. ते प्रयत्नवादी असतात. कधी कधी अपयशाचा धोका पत्करूनही ते एखादं काम करून दाखवतात. अपयश आलं तरी 'अपयश हीच यशाची पहिली पायरी आहे' असं म्हणून पुन्हा प्रयत्न करतील. आत्मविश्वास हेच त्यांच्या यशस्वी जीवनाचं गमक असतं. 'केल्याने होत आहे रे! आधी केलेचि पाहिजे!' हेच त्यांच्या जीवनाचं ब्रीदवाक्य असतं.

काही रुग्णांची उदाहरणं

प्रेमा. वय २३ वर्षं. प्रेमाचं लग्न ठरलं होतं; पण लग्न ठरल्यानंतर मोहरून जाण्याऐवजी प्रेमा दिवसेंदिवस उदासच होऊ लागली. सासरी आपलं कसं होणार? सासू-सासरे नीट वागवतील ना, याबद्दल तिला काळजी वाटू लागली आणि इतकंच

नव्हे, तर संसाराची जबाबदारी आपल्याला झेपणारच नाही, असंही तिला वाटू लागलं. तिची आई तिला घेऊन आली अन् म्हणाली, 'डॉक्टर, तुम्ही तरी समजूत काढा हो हिची. हे काय खूळ डोक्यात घेऊन बसली आहे पाहा. न शिकलेल्यांचेसुद्धा संसार नीट होतात. आता ही शिकलेली मुलगी अशी घाबरायला लागली, तर कसं व्हायचं? काहीतरी जगावेगळं हिचं.' मी प्रेमाला 'लार्च' हे औषध दिलं. 'लार्च'मुळे ती आत्मविश्वासानं नवजीवनाला सामोरी जाणार होती.

अमित वय २० वर्षं. त्याचा मोठा भाऊ खूप हुशार. सध्या परदेशात होता. अमित हुशार होता; पण भावाच्या तुलनेनं कमी आणि तुलना करताना आई-वडील नेहमीच त्याला कमी ठरवत. त्यांच्या मते, अमितला असं बोलल्यामुळं तो सुधारणार होता. नेहमी ते त्याला म्हणत, 'तू असाच मागे पडणार! मागे पडणार आयुष्यात! दादाकडे बघ' अन् याचा परिणाम उलटच झाला. अमित आपला आत्मविश्वासच गमावून बसला. आपण आयुष्यात काहीच करू शकणार नाही असंच नकळत त्याच्या मनावर बिंबवलं गेलं होतं. कॉलेजमध्येही तो खेळात किंवा इतर कोणत्याच स्पर्धेत भाग घेत नसे. चार लोकांत फारसा मिसळतही नसे. बॅच फ्लॉवर रेमेडीजबद्दल वाचून तो माझ्याकडे आला अन् त्यानं आपल्या तक्रारी सांगितल्या. त्याचं बी.कॉम.चं शेवटचं वर्ष होतं. अन् आपण पास होऊ असं त्याला वाटत नव्हतं. 'कमीत कमी पास व्हावं असं काही करता येईल का?' त्यानं विचारलं. औषधांमुळे काही त्याची बुद्धिमत्ता वाढणार नव्हती; पण अत्यावश्यक असलेला आत्मविश्वास मिळून तो योग्य प्रकारे अभ्यास करू शकणार होता. 'लार्च'मुळे त्याच्यामध्ये हा आत्मविश्वास निर्माण होणार होता.

■■■

मला भीती वाटते !

२०. मिम्युलस (Mimulus)

ज्ञात कारणांची भीती. उदा., आजार, अपघात, परीक्षा, मृत्यू, ऑपरेशन, मुलाखत, व्यासपीठ, नवीन वातावरण, अनोळखी किंवा मोठ्या व्यक्ती.

मला वाटतं, 'भीती वाटणं' हा प्रकार ओळखीचा नाही असा माणूस असणंच अशक्य! प्रत्येकालाच या भीतीची अगदी जवळून ओळख झालेली असते. भीती वाटण्याची कारणं अगणित असू शकतील; पण जेव्हा जेव्हा मला अमुक गोष्टीची भीती वाटते असं एखादी व्यक्ती सांगते, तेव्हा बहुतांशी उपयोगी पडणारं औषध म्हणजे मिम्युलस (Mimulus), यापूर्वी वर्णन केलेले 'आस्पेन' हे औषधही भीती वाटणं या प्रकारासाठीच आहे; पण ती भीती अज्ञाताची असते. का अन् कसली भीती वाटते हे पेशंटला सांगता येत नाही. या उलट मिम्युलसच्या रुग्णाला भीतीचं कारण माहीत असतं. भीतीचे प्रकार अनेक! सर्वच काही वर्णन करणं शक्य नाही, तरी नेहमीच्या आढळातील काही कारणं पाहू या.

- लहानपणी वाटणारी अंधाराची, हिंस्र प्राण्यांची भीती.
- वृद्धांना वाटणारी भीती, ऑपरेशननंतर हालचाल करताना वेदना होतील ही भीती, इंजेक्शन घेताना वाटणारी भीती.

- परीक्षेची भीती, स्टेजवर भाषण वगैरे करताना वाटणारी भीती, तोंडी परीक्षेच्या वेळी वाटणारी भीती, कोणत्याही नवीन प्रसंगाला सामोरे जाताना वाटणारी भीती, अनोळखी व्यक्तीला भेटायला जाताना किंवा इंटरव्ह्यूच्या वेळी वाटणारी भीती इत्यादी.
- उंच इमारतीवरून खाली पाहताना, विमान प्रवासात-वगैरे वाटणारी भीती, अपघात, चोरी, दरोडे, दंगाधोपा यांची भीती.
- एखाद्या विशिष्ट लक्षणावरून आपल्याला काही गंभीर आजार तर झाला नसेल, अशी भीती. उदा., छातीत दुखत असल्यास (काही क्षुल्लक कारणांमुळे) आपल्याला हृद्रोग तर झाला नाही ना, अशी भीती वाटणं, वरचेवर घसा दुखत असल्यास 'आपल्याला घशाचा कॅन्सर तर झाला नाही ना?' अशी भीती वाटणं.

अशा प्रकारची भीती वाटणारे बरेच लोक ज्यांना आपण "नर्व्हस टाईप' म्हणतो, त्या प्रकारचे असतात. थोडेसे लाजाळू, घाबरट असतात. सहसा ते आपली ही काळजी इतरांना (लाजाळूपणे) सांगत नाहीत. भीतीमुळे व अशा स्वभावामुळे काही नर्व्हस हॅबिट्स त्यांच्यात आढळून येतात. उदा., रात्री अंथरुणात लघवी होणं, नखं कुरतडणं, तोतरेपणा इत्यादी; तसेच भीती वाटणं, त्या वेळी छातीत धडधडणं, अंग थरथरणं, घाम सुटणं इत्यादी लक्षणं आढळतात. ही भीती खूप जुनाट स्वरूपाची असेल, तर भूक न लागणं, थकवा, झोप न लागणं किंवा काही मनोजन्य शारीरिक आजारही जडतात. चिंता, काळजी, आत्मविश्वास न वाटणं इत्यादी लक्षणंही रुग्ण सांगतात.

मिम्युलसची गरज नसणाऱ्या व्यक्ती कशा असतात पाहा. अशा व्यक्ती अत्यंत धैर्यशील असतात. जीवनातील सुखदुःखांकडे सारख्याच नजरेनं पाहतात. कोणतीही अडचण, समस्या, दुःखद प्रसंग याला निर्भीडपणे सामोरे जातात.

आता काही रुग्णांची उदाहरणं पाहू या.

अमित. वय ७ वर्षं. रोज सकाळी न्याहारीनंतर अमितच्या पोटात दुखायचं. काही वेळा तो शाळेतही जाऊ शकत नसे. स्वभावानं अमित खूपच लाजवट अन् भित्रा होता. खेळताना आपण पडू. कुठंतरी दुखापत होईल म्हणून तो फारसा खेळायलाही जात नसे. वर्गातील काही मुलांचीही त्याला भीती वाटत असे. शाळेतील शिक्षकांनाही तो घाबरत असे. काहीही प्रश्न विचारल्यावर उत्तर देताना चाचरणं अन् मग नखं

कुरतडत उभं राहणं ही तर नेहमीचीच सवय. तसा तो हुशार होता. लेखी परीक्षेत वर्गातील पहिल्या नंबरच्या मुलाएवढे मार्क्स; पण तोंडी परीक्षेत मात्र अगदी कमी मार्क्स पडत. नवीन वर्गावरील शिक्षक थोडेसे रागीट होते अन् याचा परिणाम म्हणून त्याची पोटदुखीची तक्रार तर वाढलीच; पण रात्री अंथरुणात लघवी होणं सुरू झालं. अमितवर चिडून काहीच उपयोग होणार नव्हता. त्याचं व्यक्तिमत्त्वच 'मिम्युलस' टाईपचं होतं अन् या एकाच औषधानं त्याच्या सर्व तक्रारी कमी होणार होत्या.

अशोक. वय २० वर्षं. आता तो एम.बी.बी.एस.च्या पहिल्या वर्षाच्या परीक्षेला बसणार होता. खरं म्हणजे, तो अत्यंत हुशार, परंतु प्रॅक्टिकलच्या वेळी अन् तोंडी परीक्षेच्या वेळी मात्र त्याची पाचावर धारण बसायची कधी कधी. अगदी जिभेच्या टोकावर असलेलं उत्तरही तो नीट देऊ शकत नसे. अर्थात, हा त्याचा लहानपणापासूनचाच अनुभव होता. या वेळी मात्र त्याला फारच भीती वाटत होती. घरची गरिबी, एम.बी.बी.एस.ला ॲडमिशन घेऊच नको म्हणत होते, तरीही हट्टानं त्यानं कॉलेज जॉइन केलं होतं, त्यामुळे काहीही झालं, तरी आपण नापास होता कामा नये याही ताणाखाली तो वावरत होता. त्यामुळेच आपण नापास तर होणार नाही ना? अशी भीती वाटत होती. स्वभावही थोडा लाजाळू अन् भित्रा. य भीतियुक्त तणावामुळे त्याला हायपर ॲसिडिटीचा त्रास सुरू झालेला. घशात, छातीत खूप जळजळ व्हायची अन् अंगावरही एक प्रकारचा पुरळ उठला. खूप खाज उठत असे अन् त्याचे निळसर-काळे डागही त्वचेवर राहत. अशोक अगदी वैतागून गेला; त्याचा चिडखोरपणाही वाढला. अशोकला 'मिम्युलस' (भीतीसाठी), 'इम्पेशन्स' (मानसिक ताण व चिडखोरपणा यासाठी) दिल्यावर त्याची घशातील, छातीतील जळजळ व खाज, चिडखोरपणा कमी झाला. भीती वाटणंही कमी होऊन अभ्यासात त्याचं लक्ष केंद्रित होऊ लागलं. 'क्रॅब ॲपल' हे औषध त्याचा त्वचारोग लक्षात घेऊन दिलं अन् नवीन पुरळ उठणं बंद झालं. यानंतर त्याच्या व्यक्तिमत्त्वावरून फक्त 'मिम्युलस' हे एकच औषध परीक्षा संपेपर्यंत चालू ठेवावं लागलं. नंतर अशोक आला तो पेढे घेऊनच. 'ॲनॉटॉमी' या विषयात त्याला 'सुवर्णपदक' मिळालं होतं. परिश्रमाचं चीज झालं होतं.

■■■

ऐलतीरी नांदे सुख पैलतीरावर दुःख!

२१. मस्टर्ड (Mustard)

उदास, अंधकारमय अशी दुःखितावस्था, वैफल्य, निराशा, बधिरता, निर्विकार, स्थिती.

आपण 'मस्टर्ड' (Mustard) या औषधाची माहिती घेणार आहोत. काही विशिष्ट प्रकारच्या मानसिक आजारातच अशा प्रकारची मनःस्थिती आढळून येत असल्यामुळे या औषधीचा वापर थोडा कमी केला जातो.

'मस्टर्ड' या औषधाचं महत्त्वाचं लक्षण म्हणजे जीवन झाकोळून टाकणारा, मनाला व्यापून टाकणारा अत्यंत निराशामय असा उदासपणा. ज्याचं कारण माहीत नाही अशी अंधकारमय मनाची दुःखितावस्था, जी अचानक त्या व्यक्तीला ग्रासून टाकते अन् मग केव्हातरी नष्टही होते. पण मनाला हे ग्रहण ज्या वेळी लागते, तो काळ सहनशीलतेच्या पलीकडचा असतो. जणू एखादा भयानक मोठा काळाकुट्ट ढग त्या व्यक्तीच्या सभोवताली पसरून राहतो अन् आशेचे, आनंदाचे किरण जराही आत येऊ देत नाही. जीवनातील सुखांची मनाला जाणीवच होत नाही. जणू अशा संवेदनांचे दरवाजेच बंद झालेले असतात. दैनंदिन व्यवहारातील छोटे छोटे प्रसंगही माणसाला आनंद देतात. मानवी जीवनच इतके विविधरंगी आहे, की ते अनुभवण्यात सुखच सुख असतं; पण 'मस्टर्ड' या औषधाची मनःस्थिती असेल, तर त्या व्यक्तीला जीवनातील

कोणताही सुखोपभोग घेणं केवळ अशक्य असतं. हा असा उदासपणा का आला आहे हे त्या व्यक्तीलाही समजत नसतं. ज्या वेळी हा उदासपणा, निराशा मनावरचं दुःखपटल आपल्या आपण निघून जातं, आनंद जाणवू लागतो, तेव्हा मात्र त्या व्यक्तीला खरोखरच स्वर्ग मिळाल्याचा आनंद होतो.

ही निराशामय अवस्था 'गॉर्स' व 'जेन्शियन'पेक्षा मात्र वेगळी असते, कारण या दोन्ही औषधांच्या बाबतीत व्यक्तीला या निराशेचं कारण माहीत असतं. 'मस्टर्ड' या औषधाच्या रुग्णाला ही निराशा, उदासपणा का अन् केव्हा येईल हेच माहीत नसतं. केव्हा जाईल हेही सांगता येत नाही, त्यामुळे अशा अवस्थेबद्दल एक अनामिक भीतीही त्याच्या मनात ठाण मांडून बसलेली असते. कधी कधी डोकं दुखणं, झोप न लागणं, अशा प्रकारची गौण लक्षणंही असतात. अन् अशा व्यक्तींच्या बाबतीत मनाची कवाडं उघडण्याचं काम 'मस्टर्ड' हे औषध करतं. 'मस्टर्ड' या औषधाच्या विरुद्ध मनःस्थिती कशी असते पाहा. या व्यक्तीच्या मनात एक प्रकारची स्थिरता, स्थितप्रज्ञता असते, त्यामुळे कोणत्याही प्रकारचा उदासपणा, नैराश्य, दुःख यांच्याशी सामना ते सहज करू शकतात.

'ऐलतीरी नांदे सुख, पैलतीरावर दुःख।
मध्ये वाहते जीवन, ऐसे संसाराचे रूप।।'

हे त्यांनी ओळखलेलं असतं. अन् म्हणूनच ते जीवनाचा पुरेपूर उपभोग घेऊ शकतात. मनाची कवाडं खुली ठेवल्यामुळे आनंदाचा प्रकाश तिथे खेळत असतो.

सुशीलाबाई. वय ५० वर्षं. त्या मोठ्या हॉस्पिटलमध्ये नर्स होत्या. गेली दोन वर्षं त्यांना अधूनमधून मेंटल डिप्रेशनचे अ‍ॅटॅक्स येत होते. अचानक त्यांना एक प्रकारचा उदासपणा येत असे. अगदी निराश वाटायचं. कामातही मन लागत नसे. थकून गेल्यासारखं होई. आवडीचे पदार्थ केले, तरी त्या उदरभरण म्हणूनच जेवत. पूर्वीसारखं चवीनं नाही. घरात गप्पागोष्टींत भाग घेणाऱ्या सुशीलाबाई या काळात खोलीत एकट्याच पडून राहत. याचं कारण त्यांना समजेना. प्रथम त्यांना वाटलं, आपल्याला कामाचा व्याप अधिक होत असावा व त्यामुळे थकून जाऊन हा उदासपणा येत असावा; पण पुढे तो कमी झालाच नाही. खरंतर हॉस्पिटलमधील काम त्यांना आवडत होतं. त्याचा कंटाळा येणं शक्य नव्हतं. मग काही आर्थिक चिंता त्यांना सतावत होती का? तर नाही. मुलगा, सून नोकरी करतच होते. केवळ आवड, मन रमावं या हेतूनंच

त्यांनी नोकरी चालू ठेवली होती. सुशीलाबाई सांगत होत्या, 'या उदासपणाचा अ‍ॅटॅक आला की मला जगणंच नकोसं वाटतं. कशातही रस घेता येत नाही. कोणत्याच गोष्टीत रस वाटत नाही. हे असं का होतं मला माहीत नाही. आपल्या आपण १५-२० दिवसांनी ते कमी होतं अन् एकदम कुणीतरी तुरुंगातील अंधारकोठडीतून सुटका केल्यासारखं वाटतं. या काळात मला काही करावंसं वाटत नाही. करायला गेले, तर थकून, गळून गेल्यासारखं होतं अन् ते काम मी अर्धवट सोडून टाकते.'

सुशीलाबाईंना त्यांच्या उदासपणासाठी 'मस्टर्ड' (Mustard) व थकव्यासाठी 'ऑलिव्ह' (Olive) (या औषधाची माहिती नंतर दिली जाईल.) हे औषध दिलं. दोन महिन्यांनी त्या नोकरीवर रुजू झाल्या. थकवा कमी झाला. सहा महिन्यांत त्यांना फक्त एकदाच असा त्रास झाला. त्यानंतर पुन्हा झाला; पण फक्त तीनचार दिवसच. हळूहळू हे प्रमाण चारपाच महिन्यांतून एखादा दिवस इतकं कमी झालं. सतत दोन वर्षं औषध घ्यावं लागलं; पण आता सुशीलाबाई आपल्याला हा त्रास होत होता हेसुद्धा विसरून गेल्या आहेत.

ललिताबाई. एक संस्थाचालिका. त्यांनाही वरीलप्रमाणे त्रास होत होता, परंतु याचबरोबर संडासला साफ न होणं, अर्धशिशी, भूक न लागणं, झोप न लागणं या तक्रारीही त्यांना सतावत होत्या. ललिताबाईंचा स्वभाव अन् कामाची पद्धत मला माहीत होती. सारखं काम आणि काम, खाता-पिताही तोच विचार. मनाला शांतपणा असा नाहीच. सतत या मानसिक आणि शारीरिक तणावाखालीच त्या वावरत असत. मनःशांती, विश्रांती नाहीच. ललिताबाईंना 'मस्टर्ड' व 'वर्व्हेन' ही औषधं दिली. 'वर्व्हेन' हे औषध सततच्या मानसिक व शारीरिक ताणासाठी होतं, यांमुळे नैराश्य तर कमी झालंच; पण इतर शारीरिक तक्रारीही मावळल्या.

■■■

प्रयत्ने वाळूचे कण रगडिता...

२२. ओक (Oak)

अनाठायी अतिआशा व त्यामुळे अवाजवी प्रयत्न,
यांमुळे ताण व शीण.

'प्रयत्ने वाळूचे कण रगडिता तेलही गळे!' हा उपदेशाचा डोस अनेकांनी वडीलधाऱ्यांकडून घेतला असेल. जीवनात आशावादी असणं आणि अपयशानं खचून न जाता प्रयत्न करत राहणं हे सर्वथा योग्य! पण म्हणतात ना, 'अति तेथे माती' एखादा गुणसुद्धा 'अति' झाला की दुर्गुण करतो. नाही का? तसाच काहीसा प्रकार 'ओक' (Oak) या टाईपचं व्यक्तिमत्त्व असलेल्या माणसांच्या बाबतीत घडतो. आज आपण 'ओक' (Oak) याच औषधाची माहिती घेणार आहोत.

'ओक' टाईपचे लोक जीवनातील अडीअडचणींचा सातत्यानं मुकाबला करताना आढळतात. ते अत्यंत आशावादी असतात. नको इतके! 'गॉर्स' टाईपच्या अगदी विरुद्ध! निराशावादी असल्यामुळे 'गॉर्स'ची लक्षणं निर्माण होतात, तर **आत्यंतिक आशावादी, अशक्य गोष्टींबाबतही अनाठायी आशा बाळगून पुनःपुन्हा अपयश येत असतानाही अवाजवी प्रयत्न करत राहण्याच्या वृत्तीमुळे 'ओक' या औषधाची आवश्यकता निर्माण होते.**

अशा व्यक्ती सतत काम करताना आढळतील. दमेपर्यंत, थकून जाईपर्यंत काम करत

राहतील. आजारी असले, तरी शेवटपर्यंत अगदीच अंथरुणावर पडून राहण्याची स्थिती होईपर्यंत तो शरीराला शिणवतील. हा आशावादीपणा प्रत्येक बाबतीत आढळतो. त्यांच्या घरातील एखादी व्यक्ती, नातेवाईक किंवा ते स्वतः एखाद्या दुर्धर रोगानं आजारी असतील, तर त्याला बरा करण्यासाठी ते अनेक निरनिराळ्या डॉक्टर्सना भेटतील. अमाप पैसा खर्च करत राहतील. डॉक्टरांनीही आशा सोडली, तरी 'ओक' टाईपच्या व्यक्तीच्या मनात कुठंतरी आशेचा किरण असतोच. 'अशक्य' हा शब्दच त्यांच्या शब्दकोशात नसतो.

अशा व्यक्ती अत्यंत विश्वासू, कष्टाळू, कर्तव्यपालन करणाऱ्या, परोपकारी, अनेक जबाबदाऱ्या अंगावर पेलून पार पाडत असतात. उदा., मोठ्या कुटुंबातील कर्ता माणूस; पण अनेक वेळा असंही होतं, की थकून जाईपर्यंत सतत काम करत राहण्याच्या त्यांच्या वृत्तीमुळे कुटुंबातील किंवा त्यांच्या सहवासातील इतर माणसं आपली कामं, जबाबदाऱ्या त्यांच्यावर ढकलून मोकळी होतात अन् या ओझ्याखाली वाकून जात असतानाही ही 'ओक' टाईपची माणसं काम करतच राहतात. मोडून जाईपर्यंत! पण माणसाच्या प्रयत्नांनाही काही मर्यादा असतात. शरीर आणि मन यांच्यावर किती ओझं लादायचं यालाही काही सीमा असते. अन् हेच नेमकं या व्यक्तींच्या लक्षात येत नाही. अनेकदा तब्येतीकडे दुर्लक्ष करत ते जीवनाचा गाडा ओढतच राहतात अन् मग एकदम ताण असह्य होऊन आजारी पडतात. कधी कधी जीवनात अशाही अडचणी येतात, की आशा बाळगणंही अशक्य असतं अन् मग अशा माणसांचं आशावादी मन ढासळतं. ते कोसळून जातात अन् मग 'नर्व्हस ब्रेकडाउन' होण्याची शक्यता निर्माण होते. अर्थात, या आधी त्यांच्या कणखर मनानं अन् शरीरानं खूप काही सोसलेलं असतं.

'ओक' टाईपच्या व्यक्तीच्या स्वभावाची आणखी काही उदाहरणं : काही माणसं सतत लॉटरीची तिकिटं घेताना आढळतात. काही जण मटका, जुगार, रेसकोर्स इत्यादींवर पैसा सतत उधळताना आढळतात. त्यांचा आशावादीपणाच त्यांना नडतो. कुठंतरी आशा वाटत असते, आज नाहीतरी उद्या मला नक्की पैसे मिळतील.

कधी कधी एखादी कला आत्मसात करण्यासाठी (तो कलागुण जन्मतःच असावा लागतो.) उदा., चित्रकला, नृत्य, अभिनय, लेखन, कवितालेखन आत्यंतिक प्रयत्न करतील. अशा एखाद्या स्पर्धेत भाग घेऊन पहिल्या बक्षिसासाठी झटत राहतील; पण प्रयत्न केले तरी प्रत्येक वेळी अशा गोष्टी साध्य होतातच असं नाही. कधी दैवदत्त गुणांची साथ नसल्यामुळे तर कधी अनुकूल परिस्थितीअभावी सतत अपयश येतं. अर्थात, याचा अर्थ असा नव्हे की प्रयत्न करणं चूक आहे; पण या गुणांचा अतिरेक होतो, तेव्हा त्याचे दुष्परिणाम त्या व्यक्तीवर होऊ लागतात. अवास्तव आशा बाळगणं

चूकच. खरोखरच कुणी वाळू रगडून तेल काढण्यासाठी प्रयत्न करू लागला तर? सशाचं शिंग शोधण्यासाठी निघाला तर... आता 'ओक' या औषधाची आवश्यकता न भासणाऱ्या व्यक्ती कशा असतात पाहा. या व्यक्ती जीवनातील अडीअडचणींचा सामना धैर्यानं करतात. मानवी प्रयत्नालाही मर्यादा आहेत हे त्या ओळखून असतात, त्यामुळे एखादी गोष्ट अशक्य आहे हे सरतेशेवटी कळून चुकलं तरी कोसळून जात नाहीत. अन् म्हणूनच मन आणि शरीर यावर आत्यंतिक ताण येऊ देत नाहीत. योग्य तेवढेच प्रयत्न करतात. त्यात वास्तववादी दृष्टिकोन असतो अन् म्हणूनच जीवनात यशस्वी ठरतात.

आता काही रुग्णांची उदाहरणं पाहू या.

यशोदाबाई. वय ५० वर्षं. ऐन पंचविशीतच वैधव्याची कुऱ्हाड कोसळली. एक मुलगा, एक मुलगी अशी दोन मुलं पदरात. माहेरी अठराविश्वे दारिद्र्य; पण इतर नातेवाइकांनी आपापले दरवाजे बंद केलेले, त्यामुळे माहेरी राहून लोकांच्या घरी स्वयंपाक करून त्यांनी मुलांना वाढवलं. मुलीचं लग्न केलं. मुलगा खूप हुशार निघाला. दोन वर्षांसाठी त्याला अमेरिकेला जावं लागलं. यशोदाबाईंच्या नशिबात पुन्हा दुसऱ्यांवर अवलंबून राहणं आलं. कारण हल्ली कामही फारसं होत नव्हतं. त्या खूप उदास झाल्या. पाळी जाण्याचं हे वय होतं, त्यामुळे मनाच्या या नाजूक अवस्थेत सतत कुणी आपल्याजवळ प्रेमाचं माणूस असावं, असं वाटणं साहजिक होतं. या उदास मनःस्थितीमुळे मासिक पाळी जाताना होणारी लक्षणं खूप प्रमाणात जाणवू लागली. उदा., चेहरा इत्यादी भाग एकदम गरम झाल्यासारखे होऊन घाम येणं इत्यादी संधिवाताचं दुखणंही बळावलं. यशोदाबाईंचा पूर्वेतिहास मला माहीत होता. आयुष्यभर अनेक बिकट प्रसंगांना त्यांनी आशावादीपणानं झुंज दिली होती. अनेक वेळा अपयशही आलं. अनंत अडचणी आल्या; पण आपलं धैर्य त्यांनी ढळू दिलं नाही. त्यांना त्यांच्या या स्वभावाला अनुसरून 'ओक' (Oak) हे औषध दिलं, कारण सततच्या समस्या व त्या सोडवण्यासाठी मनोबल धारण करणं याचे मनावर व शरीरावर परिणाम होत राहतातच. तसंच सध्या त्या स्त्रीजीवनातील एक मोठा बदल अनुभवत होत्या. मासिक पाळी जाण्याच्या या काळात स्त्री अधिक भावनाक्षम बनते व त्यामुळे शरीरात होणाऱ्या इतर बदलांमुळे अनेक लक्षणं (मानसिक व शारीरिक) निर्माण होतात. यासाठी वॉलनट (Walnut) हे औषध दिलं, यांमुळे त्यांच्या तक्रारींचं प्रमाण खूप कमी झालं; पण मधूनमधून संधिवाताचं दुखणं उग्र रूप धारण करत होतं. यशोदाबाई मुलाच्या सहवासासाठी आतुर झाल्या होत्या म्हणून त्यांना 'चिकोरी' (Chicory) हे औषध दिल्यानंतर त्यांचं संधिवाताचं दुखणं आटोक्यात आलं.

■■■

संजीवनी

२३. ऑलिव्ह (Olive)

शारीरिक व मानसिक थकवा,
निरुत्साह, अशक्तपणा.

या प्रकरणात आपण ऑलिव्ह (Olive) या औषधाची माहिती घेणार आहोत. थकलेल्या मनाला आणि शरीराला चैतन्य देणारी ही संजीवनी आहे. बराच काळ दुर्दैवाचे दशावतार ज्यांना सहन करावे लागले व अत्यंत कष्टमय परिस्थितीत जीवन कंठावं लागलं असे लोक शरीरानं तर थकून जातातच; पण मनानंही थकतात. परिस्थितीशी, आजाराशी मुकाबला करून शरीराची व मनाची शक्ती क्षीण होते. एका पेशंटनं लिहिलं होतं, 'मला अतिशय थकवा जाणवतो, उत्साहच वाटत नाही.' तर दुसरीनं लिहिलं होतं, 'मला इतका थकवा आला आहे, की काम करताना मी अगदी थकून, गळून जाते. रडायला येतं, आपल्या हातून आता काम होणार नाही या विचारानं!' काही व्यक्तींवर जबाबदाऱ्या इतक्या असतात, की त्या ओझ्याखाली त्या दबून जातात. विसाव्यासाठी, मनोरंजन, विश्रांती, श्रमपरिहारासाठी त्यांना वेळच नसतो किंवा फारच कमी वेळ मिळतो, यांमुळे शरीराची व मनाची पूर्वीची झीज भरून येण्याआधीच कामाला सुरुवात केल्यामुळे नवीन झीज होते. ती वाढतच जाते आणि शेवटी असा प्रसंग येतो, की मानसिक ओझं वाहून नेणं त्यांना खरंच

अशक्य वाटू लागतं. करायला हवं म्हणून ते काम करत असतात. त्यातून त्यांना पूर्वी मिळणारा आनंद मुळीच मिळत नाही. काम करायला सुरुवात केल्यावर शरीर आणि मन पुरेशी साथ देत नाहीत. ते काम अर्धवट सोडून देणं भाग पडतं. आपण यापूर्वी 'हॉर्नबीम (Hornbeam)' हे एक औषध 'थकवा' या लक्षणासाठी अभ्यासलं. 'हॉर्नबीम' या औषधात वर्णन केलेला थकवा फक्त मानसिक असतो. एखादं काम, दैनंदिन व्यवहारही आपल्याला जमणार नाही असं वाटतं. पण काम करायला सुरुवात केल्यानंतर आत्मविश्वास वाढून व्यक्ती ते काम पूर्ण करू शकते. याउलट ऑलिव्ह या औषधाबाबत असतं. थकवा मन आणि शरीर दोन्हींना ग्रासून टाकतो. एखादी गोष्ट करण्यासाठी ओढूनताणून नेण्यासाठी मानसिक धैर्य आणलं व कामाला सुरुवात केली तरी शरीर साथ देत नाही व हाती घेतलेलं काम अर्धवट सोडावं लागतं.

'ऑलिव्ह' या औषधाची जरुरी पडू नये असं वाटत असेल, तर हृदयाचं उदाहरण डोळ्यांसमोर ठेवा. माणूस जन्माला आल्यापासून मृत्यूपर्यंत त्याचं हृदय अविरत काम करत असतं. नाही का? विशिष्ट वेळ काम करून मग ठरावीक वेळ विश्रांती हे तत्त्व! प्रत्येक आकुंचन-प्रसरणानंतर हृदय अष्टमांश सेकंद विश्रांती घेतं. आपला संपूर्ण शरीर श्रमपरिहार (विश्रांती न घेता काम करत राहिल्यास) होणं अशक्य आहे, हे त्याला माहीत असतं म्हणून ते प्रत्येक आकुंचन-प्रसरणानंतर थोडी विश्रांती घेतं. स्वतःला कार्यक्षम ठेवतं. हृदयानं असं काम केलं नाही तर काय होईल, तुम्हीच कल्पना करा!

जीवनातील कर्तव्यं, जबाबदाऱ्या, ध्येयसिद्धीसाठी प्रयत्न इत्यादी पार पाडताना योग्य विश्रांतीही आवश्यक आहे. हे प्रत्येकानं लक्षात ठेवलं पाहिजे. म्हणजे इच्छापूर्ती तर होईलच; पण त्यासाठीचे प्रयत्नही आनंद देतील. विधात्यानं मानवाचा जन्म दिला. विचार करू शकणारं सुबुद्ध मन, सुंदर शरीर दिलं. जीवनाचा उपभोग घेताना या शरीराची व मनाची निगा राखलीच पाहिजे. नाहीतर तो परमेश्वराचा अपमान ठरेल. नाही का? श्रम आणि विश्रांती यांचं गणित बरोबर जुळलं, तरच तुम्ही मनाचा व शरीराचा जास्तीत जास्त उपयोग करून घेऊ शकाल.

ललिताबाई. वय ५० वर्षं. वीस वर्षांपूर्वी अपघात होऊन त्यांच्या पतीला अपंगत्व आलं. एकच मुलगी त्यांना; पण आत्यंतिक मानसिक व शारीरिक ताण वर्षानुवर्षं सहन करावा लागला. घरातील काम, मुलीचं संगोपन, पतीची शुश्रूषा आणि अर्थार्जनासाठी नोकरी यानं त्या अतिशय थकून जातात; पण सांगणार कुणाला? आता मुलीचं लग्न ठरलं होतं. त्याची तयारी करायची होती. ललिताबाई सांगत होत्या, 'डॉक्टर, इतके

दिवस ढकलले कसेबसे; पण आता अगदी सहन होत नाही हो. काहीतरी चांगलं टॉनिक द्या, एवढं मुलीचं लग्न झालं, की मी जबाबदारीतून मोकळी होईन, मग घेईन विश्रांती.' ललिताबाईंना ऑलिव्ह दिलं अन् त्यांचा पूर्वीचा उत्साह परत आला.

मीनाक्षी, वय २५ वर्षं. टायफॉइडनं बरेच दिवस अंथरुणात काढावे लागले. अशक्तपणाही खूप आला होता. नोकरी करून ती बी.कॉम.चा अभ्यास करत होती. आता परीक्षाही जवळ आली होती. थकवा खूप जाणवत होता. अभ्यासालाही फार वेळ बसणं अशक्य व्हायचं. 'डॉक्टर, मी नापासच होणार बहुतेक. मला वाटत नाही, माझ्या हातून अभ्यास होईल, असं ती म्हणायची. मीनाक्षीला तिचा आत्मविश्वास परत आणण्यासाठी 'लार्च' (Larch) आणि थकव्यासाठी 'ऑलिव्ह' हे औषध दिलं. दोन महिने तिनं ते औषध घेतलं. आता ती आजारपणातून चांगलीच सावरली आहे. तिनं अभ्यासही खूप केला. परीक्षेला जाताना मात्र पुन्हा ती म्हणू लागली, 'डॉक्टर मला जमेल ना पेपर लिहायला?' आता फक्त मानसिक थकवा तिला जाणवत होता म्हणून 'हॉर्नबीम' दिलं अन् परीक्षेचं 'लगीन' थाटात पार पडलं!

■■■

अपराध मीच केला

२४. पाइन (Pine)

अपराधी भावना, त्यामुळे अवाजवी कष्ट, आत्मदोषामुळे असमाधान, स्वतःला दूषणं.

कोणत्याही बाबतीत स्वतःलाच दोषी–अपराधी ठरवणाऱ्या लोकांचं औषध आहे 'पाइन' (Pine). या व्यक्ती स्वतःबाबत कधीच समाधानी असत नाहीत; परंतु याचा अर्थ जीवनात त्या अपयशी असतात असा मुळीच नाही. उलट इतरांच्या तुलनेनं विचार करता त्यांनी जीवनात खूप काही मिळवलेलं असतं; पण 'मी यापेक्षाही काही चांगलं करायला हवं होतं,' असा ते स्वतःला दोष देताना आढळतात. स्वतःच्या साध्या चुकांबद्दलही ते स्वतःला नको इतका दोष देत राहताततच; पण इतरांच्याही चुकांना आपणच कारणीभूत आहोत असं वाटून ते स्वतःला अपराधी ठरवतात. त्यांच्या तोंडातील नेहमीचं वाक्य म्हणजे 'मी जगातील अत्यंत वाईट व्यक्ती आहे असं मला सारखं वाटतं अन् त्यामुळे मी नेहमी निराश, उदास असा दिसतो. घरात काहीही मनाविरुद्ध घडलं, वाईट घडलं की तो माझाच दोष आहे, ते माझ्याच चुकीमुळे घडलं असं मला वाटत राहतं.'

या व्यक्तींच्या स्वतःच्या कर्तव्याबद्दलच्या अपेक्षा फार मोठ्या असतात. कधी कधी सर्वसामान्य माणसाला खरोखरच अशक्य अशा असतात अन् यामुळेच आत्यंतिक

प्रयत्नांनीसुद्धा त्या पूर्ण होणाऱ्या नसतात, होत नाहीत अन् मग अपेक्षाभंग झाला की हे लोक स्वतःला अपराधी ठरवतात. कधी कधी उच्च ध्येयासाठी अशा व्यक्ती अवाजवी कष्ट करतात. सतत मानसिक तणावाखाली राहतात व मानसिक, शारीरिक हानी करून घेतात. आत्मसुधारणा करावीशी वाटते, हा एक अत्यंत चांगला गुण आहे; पण अति सर्वत्र वर्जयेत्! या आत्मसुधारणेसाठीही अवाजवी प्रयत्न करणं चूकच नाही का? जेव्हा अशा व्यक्ती आजारी पडतात, तेव्हा आपण आपली कुटुंबाबाबतची, मित्रांबाबतची कर्तव्यं, व्यवसायातील जबाबदाऱ्या पार पाडू शकत नाही, अशी टोचणी त्यांना सदैव लागून राहते. या उगीचच वाटणाऱ्या अपराधीपणाच्या भावनेमुळे त्यांच्या जीवनातील आनंदाचं शोषण होत राहतं. सर्व काही मिळवूनही त्यांचं मन रितंच राहतं. यशाचा आनंदही त्या मिळवू शकत नाहीत.

जीवनात अपयश, चुका, अडचणी या कधीच टाळता येत नाहीत. प्रत्येकाच्या जीवनाचा तो एक भाग आहे. त्याबद्दल इतरांना काय किंवा स्वतःला काय, दोष देत राहणं, हे वाईटच. स्वतःच्या चुकांनी निराश होत राहणं हा भविष्यकाळातील कृतींमध्ये मोठा अडसर ठरतो. इतरांच्या आणि स्वतःच्याही बाबतीत क्षमाशील असणं अत्यावश्यक आहे. स्वतःच्या चुकांवरून योग्य तो धडा घेऊन पुढे जात राहणं, यातच जीवनाची इतिकर्तव्यता आहे. या चुकांबाबत स्वतःला दोष देत राहून, निराश, उदास राहून स्वतःचाच छळ करत राहणं हे पाप आहे. यासाठी परमेश्वरानं मनुष्याचा जन्म दिलेला नाही, तर आनंदी राहून जीवनाचा उपभोग घेण्यासाठी! हे या लोकांना समजण्यासाठी 'पाइन' या औषधाची आवश्यकता असते. या औषधामुळे या व्यक्ती इतरांच्या बाबतीतील स्वतःची कर्तव्यं पार पाडतील. स्वतःचं ध्येय गाठण्याचा जरूर प्रयत्न करतील; पण शक्याशक्यता ओळखून, मानवी प्रयत्नांची सीमा लक्षात घेऊन अन् जे मिळालं, करता आलं, त्यात समाधान मानतील, क्षमाशील राहतील. स्वतःच्या चुका उगाळत बसून, स्वतःला दोष देऊन फायद्यापेक्षा तोटाच अधिक आहे हे त्यांना समजून येईल.

आता अशा प्रकारच्या काही रुग्णांची उदाहरणं पाहू!

मधुकर. वय ३५ वर्षं. एका प्रायव्हेट कंपनीत तो नोकरी करत होता. घरी म्हातारे आई-वडील, पत्नी, दोन मुलं असा परिवार होता. खाऊन-पिऊन सुखी कुटुंब होतं. अचानक कंपनीत संप सुरू झाला अन् मधुकरचा पगार बंद झाला. होती नव्हती ती पुंजी दोन महिन्यांत संपली अन् आता काय करायचं? या काळजीनं मधुकर आजारी

पडला. इतर छोटे-मोठे धंदे करावेत असाही प्रयत्न त्यानं केला; पण त्यात फारसं यश आलं नाही. मधुकरला पेप्टिक अल्सरचा त्रास सुरू झाला. पोटदुखी, उलट्या यांनी तो हैराण झाला. तो सांगत होता, 'पाहा ना डॉक्टर, कुटुंबाचं पालनपोषणही मी करू शकत नाही. त्यांना पोटभर अन्न देऊ शकत नाही दोन वेळचं. माझी मलाच लाज वाटते. खरोखरच मी जगायला नालायक आहे. काही दुसरी नोकरी, उद्योग करता येतो का पाहिलं; पण प्रत्येक ठिकाणी अपयशच आलं. अगदी निराश झालो आहे मी. कंपनी पुन्हा सुरू झाली, तरी मला नोकरी मिळेल अशी आशा वाटत नाही.' मधुकरला कोणत्या औषधाची गरच आहे हे लक्षात आलं. स्वतःला दोष देत राहण्याच्या त्याच्या स्वभावावरून 'पाइन' व निराशावादी दृष्टिकोन यावरून 'गॉर्स' हे औषध दिलं. काही दिवसांनी उलट्या, पोटदुखी बंद झाली; पण थकवा होताच. त्यानं घरातच एक किराणा मालाचं छोटं दुकान सुरू करायचं ठरवलं होतं; पण मागील अपयशामुळे धाडस होत नव्हतं. आत्मविश्वासच वाटत नव्हता. यासाठी 'लार्च' हे औषध दिलं. दुकान सुरू तर झालं; पण मधूनमधून पोटात दुखायचंच व खूप थकवाही जाणवत होता. यासाठी 'पाइन' हे मूळ औषध व 'ऑलिव्ह' हे औषध दिलं. काही दिवसांनी 'ऑलिव्ह' बंद करून फक्त 'पाइन' हे औषध देत राहिल्यावर पोटदुखीची तक्रार कायमची बंद झाली.

मंगलाबाईंचे पती गेली आठ वर्षं पक्षाघातानं अंथरुणाला खिळून होते. मंगलाबाईंनी त्यांची खूप सेवा केली, तरीही मृत्यूनं त्यांना गाठलंच. पतिनिधनाचा मंगलाबाईंना जबरदस्त धक्का बसला अन् त्या स्वतःच आजारी पडल्या. मी त्यांना पाहायला गेले, तेव्हा त्या सांगू लागल्या, 'डॉक्टर, माझ्या हातून त्यांची शुश्रूषा नीट घडली नसेल म्हणून ते इतक्या लवकर गेले. मीच कमनशिबी. डॉक्टरांना यायला थोडा उशीर झाला. त्यांना मी हॉस्पिटलमध्येच ॲडमिट करायला हवं होतं. माझंच चुकलं. आता माझं मन मला खात राहतं.' मंगलाबाईंना स्वतःला दोष देण्याच्या स्वभावावरून 'पाइन' व पतिनिधनाचा जो जबरदस्त धक्का त्यांना बसला, त्याचे परिणाम दूर करण्यासाठी 'स्टार ऑफ बेथलहेम (Star of Bethlehem) देऊ लागले अन् महिन्याभरातच मंगलाबाई खडखडीत बऱ्या झाल्या.

■■■

मन चिंती ते वैरी न चिंती

२५. रेड चेस्टनट (Redchestnut)

जवळच्या प्रेमाच्या व्यक्तीबाबत काळजीयुक्त भीती.

'मन चिंती ते वैरी न चिंती' असं म्हणतात ते अगदी खरं आहे असं काही वेळा, प्रत्ययाला येतं. हा अनुभव जवळ जवळ प्रत्येकालाच आला असेल. खूप जवळची व्यक्ती आजारी असेल. दूर गेली असेल, तेव्हा त्या व्यक्तीची काळजी वाटत राहते अन् काही विपरीत तर घडणार नाही ना, अशी भीती वाटत राहते! 'रेड चेस्टनट' हे औषध अशा प्रकारच्या दुसऱ्यांविषयी वाटणाऱ्या काळजीयुक्त भीतीसाठीच आहे. ही काळजी अन् भीती अनाठायी असते, त्यामुळे या व्यक्तीला तर त्रास होतोच; पण जिच्याविषयी काळजी वाटते त्या व्यक्तीलाही याचा त्रास होण्याचा संभव असतो. योग्य विचार करू न शकल्यामुळे कधी कधी अशा वेळी घ्यावे लागणारे निर्णय चुकण्याचा संभव असतो अन् म्हणूनच अशा वेळी 'रेड चेस्टनट' घेतल्यास काळजीयुक्त भीती नष्ट होऊन मनःशांती मिळते. विचारशक्ती परत येते.

आई, वडील, बहीण, भाऊ, पती, पत्नी, मुलगा-मुलगी, कुणी जवळची व्यक्ती आजारी असते. आजार खूप गंभीर असेल की नाही हा मुद्दा वेगळा! पण त्या व्यक्तीला काही गंभीर आजार तर झाला नाही ना, अशी भीती वाटते. त्या व्यक्तीचे प्राण तर

धोक्यात नाहीत ना? या कल्पनेनं माणूस अस्वस्थ होतो. कुणी जवळची व्यक्ती बाहेरगावी गेली असेल, विशेषतः ठरलेल्या वेळेपेक्षा येण्यास उशीर झाला, की वाटत राहतं, अपघात तर झाला नसेल. अन् मग काही सुचत नाही, विचारशक्तीच संपुष्टात येते. अशा वेळी घ्यायचं औषध 'रेड चेस्टनट.'

रस्त्यानं जात असताना एखादं छोटं मूल आईचा हात सोडू धावू लागतं. समोरून एखादी कार, बस येत असते. त्या छोट्या मुलाला त्याचा पत्ताच नसतो. ते धावतच असतं. मजेत असतं अन् कार, बस जवळ आल्यावर आईच्याच काय; पण पाहणाऱ्या इतरांच्याही काळजाचा ठाव सुटतो. आता अपघात होणार अन् त्या वाहनाखाली ते मूल येऊन... या वेळेची ही जी मानसिक अवस्था आहे, तीच 'रेड चेस्टनट' या औषधाची आवश्यकता असणाऱ्या व्यक्तीची मनःस्थिती होय.

एखाद्या मोठ्या अपघातप्रसंगी, त्या अपघातात सापडलेल्या लोकांवर उपचार करणाऱ्या डॉक्टर्स-नर्सेसची मनःस्थिती काहीशी अशीच झालेली आढळते. कारण काही व्यक्तींना अत्यंत गंभीर स्वरूपाची दुखापत झालेली असते. काही मरणाच्या दारात असतात. काहींचा मृत्यूही ओढवलेला असतो. निर्णय तातडीनं घ्यायचे असतात. या निर्णयांना प्राणाचं मोल असतं. आत्यंतिक मानसिक ताण, काळजीयुक्त भीती वाटू लागते, यांमुळे 'रेड चेस्टनट' टाईपची अवस्था निर्माण होते.

हार्ट ॲटॅक, साप चावणं, एखादी गंभीर शस्त्रक्रिया अशा प्रसंगी रुग्णाच्या नातेवाइकांची अवस्था कधी कधी त्यांनाही आजाराप्रत नेते. अशा वेळी उपयोगी पडणारं औषध म्हणजे 'रेड चेस्टनट' होय.

ज्यांना या औषधाची गरज नाही असे लोक कसे वागतील पाहा. अशा प्रसंगात ते स्वतःचं मनोधैर्य ढळू देणार नाहीत. आपली सारासार विचारशक्ती कायम राखून धीर देतील. विश्वासाचे, श्रद्धेचे विचार प्रदान करतील व रुग्णाचे, अडचणीत सापडलेल्यांचे, त्यांच्या इतर नातेवाइकांचे मनोधैर्य परत आणण्याचा प्रयत्न करतील. योग्य निर्णय घेऊन प्राप्त परिस्थितीतून जास्तीत जास्त चांगला मार्ग काढतील.

आता काही रुग्णांची उदाहरणं

सुनंदा आमच्याकडे नेहमी बाळाला घेऊन यायची. बाळाला साधी सर्दी झाली, तरी सुनंदा इतकी घाबरून जायची, की तिची समजूत काढताना नवऱ्याची दमछाक व्हायची. सर्दी-खोकला झाला, की तिला वाटायचं न्यूमोनिया किंवा टीबीच झाला बाळाला. एक दिवस इंजेक्शननंतर बाळानं पाय हलवणं जरा कमी केलं. सुनंदाला

वाटायला लागलं, आता बहुतेक त्याला पोलिओच होणार. या भीतीमुळे सुनंदा औषध नेहमी जरुरीपेक्षा जास्त घालायची, त्यामुळेही बाळाला धोका पोहोचण्याचा संभव होता. सुनंदाला वरचेवर सर्दीचाही त्रास होत असे अन् बाळाला काही झालं तरी, शिवाय नवरा बाहेर फिरतीवर असला की जास्तच! तिला 'रेड चेस्टनेट' हेच औषध सर्दीसाठी म्हणून दिलं. आत तिच्या दवाखान्यातील खेपा खूप कमी झाल्या आहेत. बाळासाठी, नवऱ्यासाठी अन् स्वतःसाठी ज्या खेपा घातल्या जात होत्या, त्याही थांबल्या!

सुशीलाबाई. वय ५० वर्षं. त्यांची मुलगी अपघातात मृत्यू पावली. तेव्हापासून तिचा छोटा मुलगा आनंद त्यांच्या जवळच होता. मुलीच्या मृत्यूनं त्यांचं मन विदीर्ण झालंच होतं आणि अपघातांचा त्यांनी इतका धसका घेतला होता, की आनंदविषयी त्यांना नेहमी काळजी वाटत राही. इतके दिवस त्याची शाळा जवळच होती; पण या वर्षी त्याला थोड्या लांबच्या शाळेत घातलं होतं. तो शाळेतून येण्यास थोडाही उशीर झाला, तरी त्यांच्या येरझाऱ्या सुरू होत. छातीत धडधडणं सुरू होई. पाऊस पडायला लागला की त्यांना भीती वाटे, आता आनंद पावसानं भिजून येईल. त्याला सर्दी, खोकला, ताप तर येणार नाही? ताप आला तर वाटे, 'हा टायफॉइड तर नसेल?' त्या अगदी घाबरून जात. या नवीन लांबच्या शाळेत आनंदला घातल्यापासून त्यांना वरचेवर अपचन, सर्दी, डोकेदुखीचा त्रास होऊ लागला होता. जीवनात त्यांनी इतरही दुःखं भोगली होती; पण मनाची विदीर्णता त्या दिसू देत नसत. हसतमुख राहत; पण रात्री मात्र गतआयुष्यातील दुःखद आठवणी मनात गर्दी करत. स्वतःसाठी त्या आल्याच नव्हत्या. आपलं दुःख, आजार दिसू द्यायचे नाहीत असाच त्यांचा स्वभाव. त्यामुळे मी आनंदला औषध दिलंच; पण सुशीलाबाईंच्या स्वभावावरून त्यांना 'ॲग्रिमनी' हे यापूर्वी वर्णन केलेलं औषध अन् 'रेड चेस्टनट' दिलं. परिस्थितीला सामोरं जाण्याची शक्ती यांमुळे त्यांना मिळणार होती. अन् इतर शारीरिक तक्रारीही कमी होणार होत्या.

मंगलाताईंच्या पतिराजांचं ऑपरेशन चाललं होतं. त्या बाहेर वेटिंग-रूममध्ये बसल्या होत्या. अन् एकदम त्यांच्या छातीत दुखू लागलं. छातीत दुखण्याचं इतर कोणतंच कारण आढळून आलं नाही म्हणजे आत्यंतिक काळजीमुळे व भीतीमुळेच हे घडलं होतं. त्यांना 'रेड चेस्टनट' दिलं अन् १५-२० मिनिटांतच हळूहळू कळा थांबल्या. थोड्या वेळानं त्यांना झोपही लागली. झोपेतून त्या जाग्या झाल्या, तोपर्यंत ऑपरेशन आटोपलं होतं. सर्व काही व्यवस्थितपणे पार पडलं होतं.

■■■

थरारक! भयानक भीतिदायक!

२६. रॉक रोझ (Rock Rose)

अत्यंत भीतिदायक, थरारक, धक्कादायक, अनुभव व त्याचे परिणाम.

आपण मनोव्यापारांची गणितं सोडवण्याचा थोडासा प्रयत्न करत आहोत. मनःस्थिती, स्वभाव, मनाच्या जखमा आणि वेदना, त्यांचे शरीरावर होणारे परिणाम या संदर्भात आपण आतापर्यंत एकंदर २५ बॅच फ्लॉवर रेमेडीजची माहिती घेतली.

क्रमांक २६चं औषध आहे 'रॉक रोझ' (Rock Rose). मनुष्य ज्या वेळी एखाद्या भीतिदायक, थरारक अनुभवातून जात असतो, त्या वेळी द्यायचं हे औषध आहे. आपण यापूर्वी 'मिम्युलस' (Mimulus) व 'आस्पेन' (Aspen) ही औषधं 'भीती' या लक्षणाच्या संदर्भात अभ्यासली, परंतु 'रॉक रोझ' या औषधाची भीती ही आत्यंतिक स्वरूपाची असते. उदाहरणच द्यायचं झालं, तर आग लागलेल्या इमारतीत सापडलेल्या व्यक्तीची मनःस्थिती किंवा बुडणाऱ्या बोटीत बसलेल्या माणसाची मनःस्थिती यांची कल्पना करा. अशा वेळी माणसाच्या मनाला धक्का बसलेला असतो. भीती वाटते, अंगावर जणू काटा उभा राहतो.

अपघाताच्या बाबतीत अपघात झालेली व्यक्ती स्वतः तर घाबरून जातेच; पण भोवतालच्या नातेवाइकांना, मित्रमंडळींनाही एक प्रकारच्या काळजीयुक्त तणावाच्या

अनुभवातून जावं लागतं. अचानक सहन कराव्या लागणाऱ्या अशा प्रकारच्या भीतीच्या दुष्परिणामांसाठी द्यायचं औषध 'रॉक रोझ' होय.

सैन्यातील व्यक्तींना नेहमीच अशा प्रकारच्या अनेक प्रसंगांतून जावं लागतं. त्यांना मृत्यूचं भय नसतं. म्हणून भयानक, चित्तथरारक प्रसंगांनाही ते धैर्यानं सामोरे जातात. अशा व्यक्तींना 'रॉक रोझ'ची जरुरी नसते.

आपण आता काही रुग्णांची उदाहरणं पाहू. रेवती. वय १० वर्षं. शाळेतून घरी परत येत असताना रेवतीच्या बरोबर असलेल्या तिच्या मैत्रिणीला अपघात झाला.

एका कारची धडक बसली अन् ती खूप जखमी झाली. पुढे पोलीस पंचनामा वगैरे होऊन तिला हॉस्पिटलमध्ये नेलं गेलं; पण अपघाताच्या त्या भयानक दृश्याचा रेवतीवर खोल परिणाम झाला. रात्री तिला स्वप्न पडून ती झोपेतून घाबरून उठू लागली. तिची भूकही कमी झाली. रात्रभर ती अस्वस्थच असे. तिला रॉक रोझ दिलं आणि मधूनच एक-दोन वेळा झोपेतून किंचाळत उठणं खूपच कमी झालं; पण तरीही त्या चित्तथरारक प्रसंगाची आठवण ती विसरत नव्हती म्हणून 'हनीसकल' (Honey Suckle) दिलं. जवळ जवळ तीन-चार महिने औषधोपचार केल्यानंतर मात्र हा प्रकार कायमचा बंद झाला.

अमोल. वय ५ वर्षं. मुलांची खेळाखेळातील गोष्ट. गंमत म्हणून एका मुलानं राक्षसाचा मुखवटा घातला अन् तो जिन्याखाली अंधारात उभा राहिला. अमोल तिथून जात असताना त्यानं जोरात ओरडून त्याला घाबरवलं. छोट्या अमोलची दातखिळीच बसली. भीतीमुळे त्याला काही सांगता येईना. थोड्या वेळानंतर त्याला तापही भरला. हे अचानक 'असं काय झालं' काही समजेना. सर्व मुलंही चिडीचूप! अमोलची आई घाबरून गेली. अमोलला 'रॉक रोझ' दिलं अन् थंड पाण्यानं स्पंजिंग करण्यास सांगितलं. ताप उतरला अन् दुसऱ्या दिवशी महाशय पुन्हा दंगामस्तीत सामील झाले.

लीलाबाई. वय ५४ वर्षं. त्यांना प्रवासाची खूप भीती वाटत असे. प्रवास करायचा म्हटला, की त्यांना रात्रभर झोप लागत नसते. इतकी भीती वाटायची, की प्रवासाच्या कल्पनेनंही त्या थरथरू लागत. अनेक वेळा संडासला जावं लागत असे. ही भीती मिम्युलस (Mimulus) प्रकारची असली, तरी आत्यंतिक होती. अपघातात त्यांच्या पतीचा मृत्यू झाला तेव्हापासून सुरू झाली होती. म्हणूनच त्यांना 'रॉक रोझ' दिलं. दोन महिन्यांनी लीलाबाई सांगू लागल्या, 'पूर्वी मी बाजारहाट करण्यासाठी बेळगावात जायचं झालं, तरी बसनं किंवा रिक्षानं न जाता चालत जात होते. पण आता मुलीच्या लग्नासाठी परगावी जायचं आहे. एवढा मोठा प्रवास कसा करू असं वाटतंय. काही

आणखी औषध देणार काय?' लीलाबाईंना 'रॉक रोझ'बरोबर घेण्यासाठी 'लार्च' (Larch) हे औषध दिलं. या औषधामुळे त्यांचा आत्मविश्वास वाढणार होता.

गजाननराव. वय ५८ वर्षं. त्यांना अनेक प्रकारची भीती वाटत असे. आता आपले हातपाय थकले. अतिरक्तदाबाचा विकार आहे. आपल्याला पॅरालिसिसचा झटका येईल. आपण परावलंबी होऊ, आपली काळजी घेणारी पत्नी मरण पावेल, अशी अनेक प्रकारची भीती त्यांना वाटत असे. इतकेच नव्हे; तर वर्तमानपत्रातही अपघाताची बातमी वाचली, टीव्हीवर अपघाताचं दृश्य पाहिलं की त्यांच्या काळजाचं पाणी पाणी होत असे. घामानं ते थबथबून जात; पण शक्यतो आपली ही भीती ते कुणाजवळ बोलून दाखवत नसत. एक दिवस ते आले अन् म्हणाले, 'डॉक्टर मी तुमचे 'तरुण भारत'मधील लेख नियमित वाचतो. म्हणूनच आलो आहे. माझ्या या भीतीसाठी तुम्ही पूर्वी लिहिलेल्या 'मिम्युलस' या औषधाचा उपयोग होईल का हो?' मी त्यांना सांगितलं, 'तुमची भीती आत्यंतिक स्वरूपाची आहे. यासाठी 'रॉक रोझ' या औषधाचा उपयोग होईल.' 'रॉक रोझ'बरोबर यांच्या एकूण स्वभावानुसार (आपली 'भीती' कुणाला न सांगण्यासाठी प्रवृत्तीनुसार) त्यांना 'अॅग्रिमनी' हे औषध दिलं. भीतीचं प्रमाण कमी झाल्यानंतर 'रॉक रोझ'ऐवजी काही दिवस 'मिम्युलस'ही दिलं अन् गजाननरावांची 'भीती' कायमची नष्ट झाली.

मीनलचा एक दात काढायचा होता. ती भीतीनं दडपून गेली होती. डॉक्टरांकडे जाण्यापूर्वी तिला 'रॉक रोझ' दिलं आणि दात काढण्याचा समारंभ एकदाचा पार पडला.

■■■

मोडेन; पण वाकणार नाही!

२७. रॉक वॉटर (Rock Water)

हुकूमशाही वृत्ती, तत्त्वनिष्ठ,
नियमांचे काटेकोर पालन, लवचीकपणा नाही.

डॉ. बॅचनी निवडलेल्या ३८ औषधांपैकी इतर ३७ औषधं फुलांपासून निर्माण केली आहेत आणि 'रॉक वॉटर'(Rock Water) हे एकच औषध मात्र पाषाणजलापासून निर्माण केलं आहे. रॉक वॉटर म्हणजे पाषाणजल. कठीण पाषाणात उगम झालेलं पाणी. म्हणून 'मोडेन; पण वाकणार नाही' अशा मनःस्थितीच्या माणसांना त्याचा उपयोग होतो. नियमांचं काटेकोरपणानं पालन करतात. मग त्यासाठी कितीही त्रास सहन करावा लागू दे! हे आत्मसंयमन नव्हे, फार तर आत्मविजय म्हणता येईल.

एखाद्या हुकूमशाहसारखेच ते स्वतःला वागवतात. तत्त्वासाठी जगतात. उदाहरणार्थ, 'मी गेल्या वीस वर्षांत चहा-कॉफी घेतली नाही', 'गेले पंधरा दिवस मी फक्त फळं खाऊन आहे', 'कितीही त्रास झाला तरी रोज चार मैल पळून येण्याचा माझा नियम आहे', 'मी फक्त स्वतः तयार केलेलं अन्नच खातो, परान्न घेत नाही!' तत्त्वासाठी तत्त्व. मग त्याचा स्वतःला किंवा इतरांना कितीही त्रास होवो. 'पेप्टिक अल्सर'नं पीडित असलेला एक रुग्ण सांगत होता. 'माझं एक तत्त्व आहे. मी कधीही कर्ज घेत नाही. अगदी माझी पत्नी हॉस्पिटलमध्ये होती. ऑपरेशनसाठी पैशांची गरज होती; पण म्हटलं काहीही होऊ दे, मी कर्ज काढणार नाही. शेवटी मुलांसाठी केलेली

सोन्याची चेन विकली; पण कर्ज काढलं नाही.' खरं म्हणजे, या गृहस्थाला प्रॉव्हिडंड फंडावर कर्ज मिळालं असतं व पगारातून हप्ता जाऊन ते फेडताही आलं असतं; पण तत्त्व म्हणजे तत्त्व. मोडेन; पण वाकणार नाही आणि या तत्त्वाचं पालन करताना तो विसरला, की बायकोचे प्राण वाचवणं हेदेखील आपलं कर्तव्य आहे.

आता परान्न न घेणारी व्यक्ती एखाद्या ठिकाणी गेली, की जिथं अन्न तयार करता येणं शक्य नाही, तरीही तो/ती परान्न घेणार नाही. तत्त्व म्हणजे तत्त्व. मग बरोबरच्या मंडळींनी एक तर हा उपाशी तर राहू दे, असं म्हणावं किंवा त्यासाठी त्रास घेऊन, गॅस-शिधापाण्याची व्यवस्था करावी. परान्न घ्यायचं का नाही? तर आरोग्याची काळजी घेण्यासाठी किंवा स्वतः तयार करून, स्वच्छतेचं पालन करून अन्न खावं किंवा दुसऱ्याला त्रास देऊ नये, हाही एक उद्देश असू शकेल; पण चांगलं अन्न जर मिळत असेल आणि परान्न न घेण्याच्या तत्त्वामुळे इतरांना अधिक त्रास होणार असेल, तर ते घेतलेलं बरं नाही का? शेवटी नियम आपल्यासाठी असतात, आपण त्या नियमांसाठी नसतो.

चांगल्या वागणुकीतून एखादी गोष्ट करताना त्या प्रयत्नातून त्यासाठी कराव्या लागणाऱ्या आत्मसंयमनातून, कर्तव्याच्या, प्रेमाच्या अधिकाराच्या, त्यागाच्या आविष्कारातून नियम निर्माण होतात. त्यांचं आपण पालन करतो. नियम ही निर्मिती आहे. या गोष्टींचं 'कारण' नव्हे. हे समजून घेतलं नाही, तरी त्या नियमांचे उद्देश धाब्यावर बसवले गेले तरी चालतील; पण नियम मोडणार नाही, अशी वेळ येते. अशा ठिकाणी वाकलं नाही तर मोडून पडावं लागतं. 'महापुरे झाडे जाती। तेथे लव्हाळे वाचती' म्हणतात ना तसं!

एक साधं उदाहरण घेऊ या. आपल्या दिवसभराच्या वेळापत्रकानुसार आपण ठरवतो. सकाळी ५ वाजता उठायचं, ५ ते ५.३० व्यायाम करायचा. नंतर थंड पाण्यानं स्नान, मग दूध प्यायचं इत्यादी. आरोग्यासाठी आपले दिवसभराचे कार्यक्रम योग्य प्रकारे झाले पाहिजेत म्हणून आपण स्वतःवर हे नियम घालून घेतो; पण आजारी असताना व्यायाम, थंड पाण्यानं स्नान, दुसऱ्याच्या घरी दूध वगैरे नसेल तरीही त्यासाठी आग्रह धरणं चूक. अशा वेळी तो नियम आपण शिथिल करावा ही गोष्ट त्यांच्या मनात येत नाही. स्वतःला किंवा इतरांना काहीही, कितीही त्रास होवो, ते एखादी गोष्ट करणार म्हणजे करणार.

क्षमाशीलपणा हा फक्त दुसऱ्याच्या बाबतीतच नव्हे; तर कधी कधी स्वतःच्या बाबतीतही दाखवावा लागतो, किंबहुना स्वतःला क्षमा करणारा माणूसच वेळप्रसंगी दुसऱ्याला क्षमा करू शकतो.

ज्यांना 'रॉक वॉटर' या औषधाची जरुरी नसते, ते लोक कसे वागतात पाहा. ते नियमपालन करतात; पण जीवनात एक सुसूत्रता यावी म्हणून! ते तत्त्ववादी असतात. एखाद्या उच्च ध्येयासाठी या तत्त्वाचं पालनही करत असतात, परंतु जेव्हा एखादी अधिक चांगली गोष्ट, तत्त्व त्यांना सांगितलं जातं किंवा त्यांच्या नजरेस येतं, तेव्हा स्वतःमध्ये, स्वतःच्या तत्त्वपालनामध्ये आवश्यक तो बदल करण्यासाठी लागणारी लवचीकताही त्यांच्यामध्ये असते. अर्थात, सकारण बदल करून नव्हे तर चांगल्यासाठीच आवश्यक तिथं बदल करत ते उद्दिष्ट गाठतात आणि म्हणूनच आपल्या वर्तनातून, विचारातून त्यांनी निर्माण केलेले नियम लोक स्वतःवर घालून घेतात. त्यांना आपले गुरू मानतात, कारण नियम, तत्त्वं ही जीवनाच्या सुलभतेसाठीच असतात.

आता आपण 'रॉक वॉटर'च्या काही रुग्णांच्या हकिकती पाहू.

मनोहर. वय २५ वर्षं. तो सिगारेट, दारू इतकंच नव्हे; तर चहा-कॉफीसुद्धा घेत नसे. चित्रपट पाहत नसे. कथा-कादंबऱ्याही वाचत नसे. जेवणाच्या बाबतीतही उकडलेल्या पालेभाज्या, फळं, दूध, भाकरी इत्यादी आहारच घेत असे. ऑफिसवर वेळेवर जायचं. एवढंच नव्हे तर ५ मिनिट आधी. ऑफिसचं काम तो घरी आणून करत नसे. लग्न होईपर्यंत सर्व ठीक होतं; पण लग्न झाल्यानंतर मात्र त्याची वागणूक ही एक समस्या झाली. फिरायला गेल्यानंतर पत्नीचा पाय मुरगळला, तेव्हा रिक्षा न करणारा माणूस ऑफिसला जाताना मात्र दोन-तीन मिनिटांसाठी रिक्षा करत असे. चित्रपट, नाटक, कथा, कादंबऱ्या हा त्याच्या दृष्टीनं मूर्खपणा होता चविष्ट अन्नामुळे आरोग्याचा नाश होतो इत्यादी त्याची मतं तो पत्नीवर लादत असे, त्यामुळे त्याचा विवाह ही एक समस्या झाली. त्याला झोप लागत नसे आणि ब्लडप्रेशरही वाढलं. तो खात असलेले अन्नही त्याला पचेना. त्याला 'रॉक वॉटर' व पत्नीवर नियम लादण्याच्या वृत्तीसाठी 'बीच' (Beech) हे औषध दिलं. एक महिन्यानंतर त्याच्या तक्रारी आटोक्यात आल्या. तरीही औषधं चालूच ठेवली. तीन महिन्यांनंतर मनोहर संपूर्ण बरा झाला. एवढंच नव्हे; तर आता रजा घेऊन 'राजाराणी' आपला खराखुरा हनिमून साजरा करायला जाणार आहेत. टीव्हीवरील 'ब्रह्मचारी' हा मनोहरनं पाहिलेला पहिला चित्रपट, असं शीला- त्याची पत्नी हसतहसत सांगत होती. आता मनोहर जीवनाचा उपभोग घेऊ शकेल.

आत्यंतिक नियमपालनाच्या वृत्तीमुळे मनावरचा नव्हे; तर शरीरावरही परिणाम होतात व अशा व्यक्तींमध्ये नसलेली मानसिक लवचीकता आणून त्यांना जीवनाचा आत्मसंयमनाचा आणि नियमपालनाचा खराखुरा आनंद मिळवून देण्याचं काम 'रॉक वॉटर' करतं.

■■■

कल करे सो आज कर! आज करे सो अब!

२८. स्क्लेरॅन्थस (Scleranthus)

द्विधा मनःस्थिती, अनिर्णय, चलबिचल, अस्वस्थ.

आज आपण एका अत्यंक महत्त्वाच्या औषधाची स्क्लेरॅन्थस (Scleranthus)ची माहिती घेणार आहोत. हे औषध महत्त्वाचं अशासाठी, की या औषधाची गरज असणारे अनेक जण असतात. जे लोक नेहमी दोन मनांच्या कात्रीत सापडतात. ज्यांना चटकन निर्णय घेता येत नाही, 'हे करू ते करू?' अशा द्विधा मनःस्थितीत नेहमी सापडतात, मनाची खूप चलबिचल अवस्था होते, मनःस्थिती हीसुद्धा सतत बदलत असते अशांचं हे औषध आहे. कोणत्याही एकाच गोष्टीवर ते लक्ष केंद्रित करू शकत नाहीत. एखादी गोष्ट आपण करतो म्हणालो, तरी करतीलच अशा खात्री नसते, त्यामुळे ते इतरांचा आपल्यावरील विश्वास गमावून बसतात. अर्थात, हा दोष त्यांचा नाही तर त्यांच्या मनःस्थितीचा असतो. स्वानुभवसुद्धा दोन विरुद्ध टोकाचे असतात. कधी अत्यंत आनंदी तर कधी अगदी निराश, वैफल्यग्रस्त. कधी त्यांचा उत्साह ओसंडून जात असलेला आढळेल, तर कधी ते सांगतील मला खूप उदास वाटतं आहे. काही करावंसंच वाटत नाही. कधी दैववादी असतील, तर कधी कर्मवाद श्रेष्ठ ठरवतील. खळखळून हसत असतील आणि लगेच रडणंही न आवरता येण्यासारखं असेल.

मनःस्थितीची ही सर्व टोकं एकाच माणसात आढळतील असं नाही; पण भावनेचं टोक गाठणं ही या व्यक्तींची स्पेशालिटी-स्वभाववैशिष्ट्यं!

बोलतानाही ते एकदम विषयांतर करतील. एका विषयावरून दुसऱ्या विषयावर जात राहतील. ते फारसा कुणाचा सल्ला विचारत बसणार नाहीत आणि हे करू की ते करू यावर विचार करण्यातच वेळ घालवून, कधी कधी अगदी हाताशी आलेली संधीही गमावतील. आपला महत्त्वाचा वेळ ते वाया घालवतात. कारण मनाच्या द्विधा अवस्थेमुळे कोणत्याही एका निर्णयाप्रत ते येऊच शकत नाही. शारीरिक आजारातसुद्धा थोडंसं असंच घडतं. एक होते आहे म्हणेपर्यंत दुसरी तक्रार! एका जागी दुखतं, थोड्या वेळानं दुसऱ्या जागी. अशा व्यक्तींना प्रवासाचा त्रास होतो; बस, बोट लागणं असे प्रकार संभवतात. एका पेशंटनं लिहिलं होतं, 'माझ्या मनात नेहमीच अनेक विषय घुमत राहतात. अनेक तुकडे असलेल्या पोतडीसारखंच असतं माझं मन. एका विषयावरून दुसऱ्या विषयावर उडत राहतं. या विषयाचा एक दुसऱ्याशी काहीच संबंध नसतो. दिवसभर मी अगदी उत्साहानं आणि आत्मविश्वासानं काम करत राहतो; पण रात्री झोपताना अगदी या उलट होतं. माझे निर्णय चुकले तर नाहीत ना? मी अमुक गोष्ट करायला नको होती का? हे केलं, ते चुकलंच माझं! तसंच करायला हवं होतं का? उद्या मी हे करू की ते करू? इत्यादी विचारांमुळे मला झोपच येत नाही. खूप उशिरा झोप येते किंवा झोप लागली तरी पहाटे उगीचच लवकर जाग येते.

एका 'आई'नं लिहिलं होतं, 'डॉक्टर, माझा मुलगा कोणतीही एक गोष्ट नीटपणे करत नाही. एखादं काम करायला घेतो, थोड्या वेळानं अर्धवट टाकतो आणि दुसरंच काम अगदी उत्साहानं करू लागतो. बरं, ते तरी पुरं करेल म्हणावं तर नाही, जरा कुठं निश्चित होतं, तोपर्यंत तो तिसऱ्याच कामामागे धावत असतो. इलेक्ट्रिशियनचा कोर्स अर्धवट, मग टीव्ही रिपेअरिंग करतो म्हणाला. अन् आता झेरॉक्स मशीन घेतो म्हणू लागला आहे. कसा याच्यावर विश्वास ठेवायचा आणि कसे याला धंद्याला पैसे द्यायचे सांगा. 'शिक्षण पूर्ण करून डिग्री तरी पदरात पाडून घे' असं मी म्हणत होते. कॉलेजची दोन वर्षं केली आणि मग म्हणायला लागला, शिकून तरी काय उपयोग? नंतर पैसे मिळवण्यासाठी नोकरीच करायची ना? नोकरीत असा किती पैसा मिळणार? मी एखादा धंदाच सुरू करतो. धंद्याची ती कथा- आता मशीनसाठी पैसे कुठून आणायचे, म्हटल्यावर सांगू लागला आहे, नोकरीत थोडे का होईना; पण नक्की पैसे मिळतात. मी बी. कॉम. पूर्ण करून बँकेची नोकरी पाहतो. आहे ना खरीखुरी स्क्लेरॅन्थसची मनःस्थिती!

एक मुलगी सांगत होती, 'डॉक्टर, एखादी गोष्ट मनाप्रमाणे घडते ना, तेव्हा मी अगदी हवेत तरंगू लागते आणि थोडसं जरी मनाविरुद्ध घडलं, तरी मग खूप उदास होते.'

'माझं डोकं दुखतं आहे; पण कुठं आणि कसं ते नाही सांगता येत.'

या सर्वांना हवं असतं-'स्क्लेरॅन्थस.'

'स्क्लेरॅन्थस' पेशंट्स ऑफिसमध्ये कधीही वेळेवर येणार नाहीत, नव्हे कोणतंच काम कधी वेळेवर करणार नाहीत. समाजात, ऑफिसमध्ये काही महत्त्वाचं काम आहे तर तो/ती ठरवेल की अमुक वेळेला आपण घरातून निघालो पाहिजे. पण हं... जरी सकाळी लवकर जाग आली तरी पुन्हा म्हणतील की आणखी फक्त १५ मिनिटं. असं करून या व्यक्ती उशिरा उठतील. नंतर मग कधी घाईघाईनं सर्व आटोपून बसच्या वेळेवर पोहोचतील. कधी ते जमणार नाही. काम करतानासुद्धा त्यांना इंटरेस्टिंग वाटतील त्या फाईल्स, ती कामं आधी करतील आणि थोडा त्रास घेऊन करायची कामं, पुढे ढकलत राहतील.

'स्क्लेरॅन्थस' मनःस्थितीचा विद्यार्थी कसा वागेल पाहू या. अभ्यासापेक्षा इंटरेस्टिंग उदा., चित्रपट, कादंबऱ्या वाचणं, पत्ते खेळणं इत्यादी गोष्टींमध्ये तो अधिक वेळ घालवू लागेल. परीक्षा अगदी तोंडावर आली असतानाही, अभ्यास महत्त्वाचा असूनही सोपं आणि इंटरेस्टिंग असं काहीतरी खेळणं इत्यादी तो करत राहील. अरे, अभ्यास कर जा... म्हटलं तर तो सांगेल एवढेच दोन गेम खेळून बसतो किंवा ९.३० वाजता अभ्यासाला बसतो. ९.३० वाजता म्हणेल हा एवढा हातातील गेम पुरा केला की बसतोच अभ्यासाला! मग हातातला एक गेम व 'आता अगदी शेवटचा गेम' म्हणत आणखी एक गेम पुरा करेपर्यंत १० वाजतात. मग तो सांगेल 'आता मला भूक लागली. भूक लागली की माझा अभ्यास होत नाही.' मग राजश्री जेवत राहणार... जेवल्यानंतर मग शाळेत जाण्याची वेळ येईल. आता अर्ध्या तासात काय अभ्यास होणार असं म्हणून मग शाळेत... हे असंच चालत राहतं. काहीतरी सबबी सांगत राहायच्या व महत्त्वाची कामं पुढे ढकलत राहायचं. परीक्षेतही कोणते प्रश्न लिहावेत, हेच चटकन ठरवता येणार नाही.

टीव्हीवर 'उल्टा पुल्टा'मध्ये आजचं काम उद्यावर ढकलणाऱ्या आळशी लोकांबद्दल दाखवलं होतं. 'हीच स्क्लेरॅन्थस' मनःस्थिती. प्रत्येक काम उद्यावर ढकलायचं. लाइटचं बिल, फोनचं बिल, कधीही वेळेवर भरणार नाहीत. 'लास्ट डेट' अजून आली नाही, उद्या करू म्हणत ते शेवटच्या दिवसापर्यंत भरणार नाहीत आणि मग शेवटच्या दिवशी धावपळ करून, रांगेत उभं राहून किंवा मग कधी दंड भरून हे काम पूर्ण करतील. प्रत्येक काम उद्यावर ढकलणाऱ्या महर्षींचं हेच औषध!

आता 'स्क्लेरॅन्थस'ची गरज नसलेले लोक कसे असतात पाहू या.

अशा व्यक्तींजवळ झटपट निर्णयशक्ती असते. त्यांच्या काम करण्याच्या पद्धतीत एक प्रकारचा समतोल असतो. ते फार वक्तशीर असतात. काम करतानासुद्धा कोणतं काम अधिक महत्त्वाचं, कोणतं कमी महत्त्वाचं इत्यादी ठरवून मग त्याप्रमाणे पार पाडतील, त्यांची द्विधा मनःस्थिती होत नाही. कारण दोन्ही प्रकारांतील फायदे-तोटे त्यांना अचूक माहीत असतात व गरजेनुसार, किंवा त्या वेळेला कोणत्या गोष्टीला महत्त्व द्यायचं हे नीट समजून घेतल्यामुळे ते अचूक आणि तत्काळ निर्णय घेतात. नेहमीच मनाचा समतोल कायम राखतात आणि म्हणूनच जीवनात यशस्वी होतात.

'स्क्लेरॅन्थस'च्या रुग्णांच्या हकिकती पाहू या.

विनोद. एक मेडिकल रिप्रेझेंटेटिव्ह. वय ३४ वर्षं. आता त्याला एरिया मॅनेजरची पोस्ट मिळणार होती. तो सांगत होता, 'डॉक्टर, मला कोणत्याही बाबतीत चटकन निर्णय घेता येत नाही. कधी कधी दिवसभर मी अगदी उत्साहानं काम करत राहतो; पण मग रात्री मात्र मी हे योग्य केलं की अयोग्य, चूक की बरोबर? या विचारानं मला झोप येत नाही. झोप आली तरी सकाळी लवकर जाग येते. सकाळी झोपून उठल्यानंतर मला उत्साहच वाटत नाही. अगदी थकल्यासारखं वाटत राहतं. त्या मानानं मग संध्याकाळी मी फ्रेश असतो. संडासला साफ होत नाही. वेळेवर तर कधीच नाही. कधी झालं, तरी एकदा जाऊन आल्यानंतर पुन्हा जावंसं वाटतं. असं दिवसातून तीन वेळा संडासला जावं लागतं. मूळव्याधीचा त्रास होतो मधूनमधून. आणि खाण्यापिण्यात काही कमीजास्त झालं तर 'लूज मोशन्स' (Loose Motions) होतात. सध्याही मी द्विधा मनःस्थितीतच आहे. प्रमोशन मिळालं की बदली होणार; पण मुलीचं शाळेचं वर्ष पूर्ण झाल्याशिवाय पत्नीला व मुलीला नेता येणार नाही. मुंबईत जागा मिळणंही कठीण? काय करावं असा एखादा मोठा निर्णय घ्यायचा असला की द्विधा मनःस्थिती होऊन माझं स्वास्थ्यच जातं. पचनाच्या तक्रारी वाढतात. छातीत जळजळतं. मग मी पत्नीवर, मुलांवर चिडत राहतो.'

विनोदला त्याची 'टाईप रेमेडी' 'स्क्लेरॅन्थस' दिली आणि रागीट, चिडखोर स्वभावासाठी 'इम्पेशन्स' हे औषध दिलं. महिन्याभरातच त्याच्या शारीरिक तक्रारी बऱ्याच आटोक्यात आल्या. अर्थात, या औषधांबरोबर त्याला आहारविहारावरही नियंत्रण ठेवण्यास सांगितलं होतं. त्याचबरोबर थकवा वाटेल त्या वेळी घेण्यास म्हणून 'हॉर्नबीम' हे औषध घेण्यास सांगितलं आणि विनोदचा द्विधा स्थितीचा त्रास संपला.

आता मुलीची परीक्षा झाली, की सर्व मंडळी मुंबईला जातील; पण 'स्क्लेरॅन्थस' बरोबर घेऊनच.

सरिता. वय २६ वर्षं. ती सांगत होती, 'डॉक्टर, मला एक अत्यंत महत्त्वाचा निर्णय घ्यायचा आहे अन् त्यामुळे मी दोन मनांच्या कात्रीत सापडले आहे. आईवडिलांनी एक 'स्थळ' आणलं आहे. तो मुलगा इंजिनिअर आहे. घरीही सर्व काही ठीक आहे. श्रीमंत आहे, परंतु बाबांच्या एका मित्राचा मुलगा सी.ए. करतो आहे. तो नेहमी घरी येतो व आम्ही अनेक वेळा एकमेकांशी गप्पाही मारल्या आहेत. त्याचे अनेक बाबतींतील विचार माझ्या विचारांशी जुळतात. मी बी.कॉम. केलं आहे व एम.कॉम. करते आहे. मला हा मुलगा त्याची घरची गरिबी असली, तरी योग्य वाटतो. तो स्वतंत्र व्यवसाय करणार आहे. त्या व्यवसायातही मी त्याला मदत करू शकेन; पण हे आई-वडिलांना सांगण्याचा आत्मविश्वास माझ्याजवळ नाही आणि मनःस्थिती द्विधा झाली आहे. आईवडिलांच्या मते घरची परिस्थिती चांगली असलेला, नोकरी असलेला, 'वर' योग्य. तेही अनुभवी आहेत. शेवटी माझं हितच पाहणार. काय करावं? बरं, आता तुम्हाला सांगितलेल्या व्यक्तीबरोबर चांगली ओळख आहे एवढंच. त्यांना विचारायला सांगावं काय बाबांना? काहीच समजत नाही. या विचारांनी अर्धशिशीचा मात्र त्रास होऊ लागला आहे. सरिताला 'स्क्लेरॅन्थस'ची जरुरी होती व त्याबरोबर योग्य निर्णय घेऊन तो पार पाडण्यासाठी आत्मविश्वास वाढवण्यासाठी 'लार्च' या औषधाचीही गरज होती.

मंगलाबाई. वय ४९ वर्षं. त्यांनाही आयुष्यभर अशी ही द्विधा मनःस्थिती त्रास देत आली होती. त्या सांगत होत्या, की 'अहो डॉक्टर, साधी साडी घ्यायची झाली तर मला हा रंग घेऊ की तो असं होतं. कोणतीही गोष्ट किती साधी असो, निर्णय घेणं खूप कठीण जातं. हल्ली तर त्यामुळे झोपही नीट लागत नाही. तसं पाहायला गेलं तर गोष्ट साधीच असते. हल्ली पाळीची फार तक्रार सुरू झाली आहे. एकदा २५ दिवसांनी तर कधी दीड महिन्याने होते. कधी अंगावर खूप जातं. कधी अगदीच कमी. आता तुमच्याकडे जावं, की आणखी दुसऱ्या डॉक्टरांकडे या बाबतीतही माझ्या मनाची अवस्था द्विधा. शेवटी आले तुमच्याकडे मुलगी म्हणाली म्हणून.' मंगलाबाईंना 'स्क्लेरॅन्थस' व 'वॉलनट' (Walnut) ही औषधं दिली, कारण मासिक पाळी बंद होण्याचं त्यांचं वय. त्या एका 'बदलत्या स्थितीतून' जात होत्या. तीन-चार महिन्यांनंतर त्यांच्या तक्रारी खूपच आटोक्यात आल्या.

■■■

शॉक!

२९. स्टार ऑफ बेथलहेम (Star of Bethlehem)

अचानक मानसिक किंवा शारीरिक धक्का व त्याचे परिणाम.

आज आपण 'स्टार ऑफ बेथलहेम' (Star of Bethlehem) या औषधाची माहिती घेणार आहोत. 'शॉक' – मग तो मानसिक असो वा शारीरिक, त्याचे परिणाम तत्काळ नाहीसे करणारे औषध म्हणजे 'स्टार ऑफ बेथलहेम.' अपघातात सापडलेल्या कोणत्याही व्यक्तीला शारीरिक इजा तर होतेच; पण मानसिक धक्काही बसतो. अशा वेळी हे औषध दिल्यास अपघाताचे शरीरावर व मनावर झालेले परिणाम दूर करून बरं होण्यास हे औषध अत्यंत उपयोगी ठरतं.

अचानक कानावर पडलेली दुःखद बातमी, घोर निराशा उदा., परीक्षेचा निकाल, धंद्यातील नुकसान इत्यादींमुळे मनाला धक्का तर बसतोच; पण दुःख, निराशा इत्यादींचाही परिणाम होत राहतो. मनाच्या आणि शरीराच्या वेदनांवर दिलासा देणारं असं हे औषध आहे. न दिसणाऱ्या मनाच्या जखमांवर ते मलमपट्टी करतं. इंग्लंडमधील एका प्रसिद्ध बॅच प्रॅक्टिशनरनं वर्णन केलेल्या काही हकिकती पाहा. लंडनमध्ये त्या वेळी बॉम्ब कोसळत होते. एक बाई आपल्या घरातच बसली होती आणि बॉम्ब कोसळल्यानंतर ही जेव्हा उठायचा प्रयत्न करू लागली त्या वेळी तिला उठताच येईना.

तिच्या मनाला व शरीराला बसलेल्या तीव्र धक्क्यामुळे तिला अचानक आथ्रायटिस (Arthritis) झाला व तो फक्त या एकाच औषधानं बरा करता आला. एका बाईची मुलगी विमानानं प्रवास करणार होती व नंतर त्या विमानाला अपघात झाला. ही बातमी ऐकून त्या बाईला डोकेदुखीचा त्रास सुरू झाला. खरं म्हणजे, तिची मुलगी त्या विमानानं काही कारणामुळे जाऊ शकली नव्हती व सुखरूप होती; पण तेव्हापासून सुरू झालेली डोकेदुखी मात्र 'स्टार ऑफ बेथलहेम' या औषधाच्या उपचारानंतरच कमी झाली.

कधी कधी 'शॉकचे परिणाम ताबडतोब दिसून येत नाहीत; पण कालांतरानं– आठवडे, महिने, कदाचित काही वर्षांनी त्याचे परिणाम दृश्य होऊ लागतात. त्या वेळी तो 'शॉक' माणूस विसरूनही गेलेला असतो. हे परिणाम मानसिक किंवा शारीरिक कोणत्याही प्रकारचे असू शकतील. उदा., नर्व्हस ब्रेकडाउन, त्वचारोग, संधिवात इत्यादी म्हणूनच कधी कधी **एखाद्या रुग्णाच्या बाबतीत योग्य ती औषधं देऊनसुद्धा उपयोग होत नसेल, तर हे औषध दिल्यानंतर उपयोग होतो, कारण माणसाला असा एखादा मानसिक/शारीरिक धक्का आयुष्यात केव्हातरी बसलेला असतोच.**

इलेक्ट्रिक शॉक, उंचावरून खाली पडणं, अचानक मार लागणं इत्यादी बाबतीतही या औषधाचा उत्तम उपयोग होतो. कुटुंबातील एखाद्या व्यक्तीचा अचानक मृत्यू होणं, कल्पना नसताना मानहानी होणं, अचानक आर्थिक नुकसान होणं इत्यादींमुळे मनावर होणारे परिणाम हे औषध तत्काळ नाहीसे करतं.

सुशीलाबाई. वय ५८ वर्षं. त्यांना जीवनात अनेक मानसिक धक्के सहन करावे लागले होते. मुलीचं लग्न करून दिलं आणि सहा महिन्यांच्या आत ती सासरच्या छळामुळे माहेरी आली. यानंतर त्यांचं स्वतःचं ब्रेस्ट कॅन्सरचं ऑपरेशन करावं लागलं व नंतर हृदयविकारानं अचानक त्यांचे पती निवर्तले. यांमुळे सुशीलाबाई स्वतःला सावरू शकल्या नाहीत. झोप लागत नसे, मनातल्या विचारांची आवर्तनं थांबत नसत. जेवण जात नव्हतं, अशक्तपणाही खूप आला होता व पेप्टिक अल्सरचा त्रास बळावला होता. त्यांना 'स्टार ऑफ बेथलहेम', मनातील विचारांची आवर्तनं थांबवण्यासाठी 'व्हाइट चेस्टनट' (White Chestinut) व अशक्तपणासाठी 'ऑलिव्ह' (Olive) हे औषध दिलं, त्यामुळे त्या स्वतःच्या मनाला आणि शरीराला सावरू शकल्या.

मधुकरराव. वय ५८ वर्षं. रिटायर्ड झाल्यानंतर ते व त्यांची पत्नी दोघंच राहत होते. एकुलता एक मुलगा अमेरिकेत होता व तिकडंच स्थायिक होण्याचा त्याचा विचार होता. मधुकररावांची पत्नी अचानक स्वर्गवासी झाली व ते एकाकी झाले. मुलगा

पाहुण्यासारखा आला अन् गेला. आपलं उर्वरित आयुष्य परदेशात घालवावं हेही त्यांना रुचेना. एकाकी जीवन कंठावं लागत होतं, त्यामुळे मधुकररावांना अत्यंत नैराश्य व उदासपणा आला. त्यांच्या चेहऱ्याची एक बाजू मधूनमधून खूप दुखायची. पहाटे लवकर जाग यायची. आपण इथंच राहावं, की मुलगा बोलवतो आहे तिकडे जावं हा निर्णय त्यांना घेता येईना. मधुकररावांना पत्नीनिधनाच्या मानसिक धक्क्यासाठी 'स्टार ऑफ बेथलहेम', नैराश्यासाठी, उदासीनतेसाठी 'मस्टर्ड' व 'स्क्लेरॅन्थस' ही औषधं दिली, यांमुळे त्यांची मनःस्थिती बरीच सुधारली. झोपही शांत लागू लागली. आता एक घर चुलतभावाच्या ताब्यात देऊन, ते काही दिवसांसाठी मुलाकडे जाणार आहेत व आवडलं, तर कदाचित तिथंच राहणार आहेत.

■■■

सहनशक्तीच्या पलीकडे

३०. स्वीट चेस्टनट (Sweet Chestnut)

सहनशक्तीच्या पलीकडले दुःख, सहन करू शकणार नाही असं दुःख, ताण, विदीर्ण मनःस्थिती, विचारशून्य.

आपण 'स्वीट चेस्टनट'(Sweet Chestunut) या औषधाच्या बाबतीत चर्चा करणार आहोत. या औषधाची गरज असणारे रुग्ण सांगत असतात 'हे सर्व माझ्या सहनशक्तीच्या पलीकडे गेलं आहे हो! आणखी नाही मी सहन करू शकत! काय करू मी!' मन आणि शरीर दुःखाच्या ओझ्यानं थकून गेलेलं असतं. मनाच्या जणू चिंधड्या झालेल्या असतात. विचारशक्ती लयास जाते. काय करावं समजत नाही. मार्गच दिसत नाही. समोर फक्त अंधार असतो. 'या अंधारातून मी प्रकाशाकडे जाईन' अशी शक्ती मनाला राहत नाही. त्या वेळी घ्यावं लागणारं हे औषध आहे; परंतु बऱ्याच वेळेस अशा परिस्थितीत सापडलेले लोक डॉक्टरकडे न जाता यासाठी साधू, बैरागी वा तथाकथित दैवी अवतार, मांत्रिक, भगत यांच्याकडे जातात.

आत्यंतिक कठीण परिस्थितीतही, विदीर्ण स्थितीतूनही माणसाला बाहेर काढून विचारशक्तीला नवचेतना देण्याचं काम हे औषध करतं. अशा दुःखामुळे मनावर विपरीत परिणाम होण्याचा धोका टळतो.

वर वर्णन केलेली मनःस्थिती म्हणजे कशी, ते समजून घेण्यासाठी आपण काही उदाहरणं पाहू.

'महाभारता'तील उदाहरण पाहा– आठव्या मुलालाही राणी गंगार्पण करत असताना राजा शंतनूची झालेली मनःस्थिती.

'रामायणा'त कैकयीला दिलेलं वचन आणि रामावरील पुत्रप्रेम यांच्या कात्रीत सापडलेल्या राजा दशरथाची राम वनवासी होताना पाहून झालेली मनःस्थिती.

एखाद्या सुसंस्कारित घरातील मुलीवर बलात्कार झाला, तर तिची जी मनःस्थिती होईल ती...

विवाहानंतर वरात जात असतानाच अपघातात पतीचं निधन झालं अशी एक बातमी वर्तमानपत्रात वाचली होती. अशा परिस्थितीत झालेली वधूची मनःस्थिती.

भूकंप, महापूर अशा घटनांमुळे घरादाराचं नुकसान होतं. कुटुंबातील व्यक्तीही मृत्यू पावतात. अशा वेळी झालेली मनःस्थिती.

अशा दुःखामुळे माणसाला काय करावं समजत नाही. दुःखानं तो होरपळून जातो, दैवावर हवाला ठेवून असतो, अशा वेळी द्यायचं हे औषध आहे. ते दुःखी मनाला सावरतं.

हे औषध तसं कमीच वापरलं जातं. कारण अशा वेळी डॉक्टरकडे जावं, असा विचार करण्याच्याही मनःस्थितीत माणूस नसतो.

या औषधाची गरज न लागणाऱ्या व्यक्ती म्हणजे संतमहात्मेच. अशा कठीण परिस्थितीतही ते मनाचा तोल ढळू न देत नाहीत. ज्या परमेश्वराचा आपण अंश आहोत, त्या परमेश्वराला आळवतात. ही परमेश्वराची लीलाच आहे असं समजून आपलं मन व भावना सावरतात. त्यांनी मदतीसाठी घातलेल्या सादेनं जणू दगडालाही पाझर फुटतो. परमेश्वरीशक्ती धाव घेते. चमत्कार घडून येतात. उदाहरण द्यायचं झालं, तर संत ज्ञानेश्वरांचं देता येईल. पैठणच्या ब्रह्मसभेनं देहान्त हेच प्रायचित्त सांगितल्यामुळे मातापित्यांनी देहसमर्पण केलं. निवृत्ती, ज्ञानेश्वर, सोपान व मुक्ता ही चार लहान मुलं निराधार झाली. फक्त आधारच हरपला नव्हता, तर पैठणच्या ब्रह्मसभेनं संन्याशाची मुलं म्हणून त्यांची मुंजही होऊ दिली नाही. छळ, अवहेलना, अपमान, हालअपेष्टा हे सर्व सहन करूनही त्यांच्या मनाची शांती अभंग राहिली. ते संत ठरले. त्यांच्या वाणी-कृतीत चमत्कृती भरून राहिली; पण हे सर्वसामान्यांना शक्य होत नाही. म्हणूनच कधी कधी 'स्वीट चेस्टनट'सारख्या औषधांची जरुरी भासते.

गोपाळराव. वय ५० वर्षं. अचानक धंद्यात नुकसान झालं. लाखो रुपयांचं नुकसान

झालं. राहत्या घरावर कर्ज काढण्याच्या विचारात असताना आग लागून घराचा काही भाग जळाला. आणि तरीही कुठं नोकरी तरी पाहावी असं मनात होतं, एवढ्यात पत्नी आजारी पडली. कॅन्सरचं निदान झालं. हे ऐकताच गोपाळराव खाली कोसळले. त्यांची एकुलती एक मुलगी त्यांना घेऊन आली होती. गोपाळराव निराशेच्या, दुःखाच्या गर्तेत सापडले होते. त्यांना पत्नीच्या आजाराच्या निदानाची बातमी अचानक कानावर पडल्यामुळे जो मानसिक धक्का बसला होता तो दूर करण्यासाठी प्रथम 'स्टार ऑफ बेथलहेम' दिलं. त्यानंतर ते थोडं बोलू तरी शकले. म्हणाले, 'डॉक्टर मला आता हे सहन होत नाही हो, यापेक्षा मरण बरं' त्यांना 'स्वीट चेस्टनट' दिलं. यानंतर ते थोडेफार सावरले. पुढे अधिक चौकशीनंतर कळलं, की पत्नीला गर्भाशयाचा कॅन्सर होता आणि ऑपरेशन केल्यास धोका खूपच कमी होणार होता. कर्ज काढून एखादा छोटा व्यवसाय ते मुलीच्या मदतीनं करू शकणार होते. त्यांचा आत्मविश्वास वाढवण्यासाठी त्यांना प्रथम 'गॉर्स' व नंतर 'लार्च' हे औषध दिलं. आता ते खूप सावरले आहेत. त्यांनी महाविद्यालयातील मुलांसाठी अल्प भांडवलावर एक भोजनालय-डबे देणं इत्यादी सुरू केलं आहे. पत्नीचं ऑपरेशन पार पडलं आहे. खाण्यापिण्याला तरी काही कमी नाही. मार्ग सापडला आहे.

■■■

अति सर्वत्र वर्जयेत्!

३१. वर्व्हेन (Vervain)

आत्यंतिक प्रयत्न, परिपूर्णतेचा हव्यास, अतिमहत्त्वाकांक्षा, असामाधान, 'वर्कोहोलिक' असणं या सर्व गोष्टींमुळे येणारा ताण.

आपण नेहमी वाचतो किंवा ऐकतो, सांगतो... 'यत्न तो देव जाणावा। प्रयत्नांति परमेश्वर। प्रयत्ने वाळूचे कण रगडिता, तेलही गळे।' किंवा असंच काहीतरी. प्रयत्नशील असणं हा माणसांतील मोठाच गुण आहे; पण एखादा सद्‌गुणही अति होतो, तेव्हा तो थोडासा त्रासदायक ठरतो. कधी कधी दुर्गुणच ठरवला जातो. 'वर्व्हेन' टाईपच्या लोकांच्या बाबतीत नेमकं हेच होतं. ही माणसं अति काम करतात. म्हणूनच सतत एक प्रकारच्या तणावाखाली वावरत असतात. अर्थातच, याचे परिणाम मनावर आणि शरीरावर होतात. मन आणि शरीर दमून, थकून जातं; पण याची त्यांना फारशी जाणीवच नसते. या माणसांची स्वतःची अशी काही तत्त्वं (Principle) असतात. स्वतःची ठाम मतं असतात. त्यामध्ये ही माणसं कधीही बदल करणार नाहीत, इतकंच नव्हे तर त्यांची मतं इतरांवरही ती लादली जातात. प्राण गेला तरी हे असंच करायचं असा त्यांचा बाणा असतो. अर्थात, हा त्यांचा गुणच म्हणायचा. तत्त्वासाठी लढणारे समाजनेते, 'प्राण जाए पर वचन न जाए' म्हणणारे वीर, प्राणपणाला लावून लढणारे योद्धे याच जातीचे! कणखर मनाचे, धैर्यशील, खंबीर असे हे लोक असतात.

कोणत्याही संकटाला ते निर्भीडपणे सामोरे जातात. ते काम भरभर करतात. चटकन निर्णय घेऊ शकतात. कुशल संयोजक असतात. उत्साह जणू अंगात सळसळत असतो. विजेच्या चपळाईनं त्यांची हालचाल चाललेली असते. त्यांचा काम करण्याचा वेगही अफाट असतो. इतरांना कठीण वाटणारी कामं ते चुटकीसरशी उरकतात. तसं पाहायला गेलं तर काही गुणसामर्थ्य, कौशल्य त्यांच्याजवळ जन्मजातच असतं; पण बऱ्याच गोष्टी त्यांनी आपल्या अंगभूत प्रयत्नशीलतेनं प्राप्त करून घेतलेल्या असतात, काही चांगल्या गुणांचं, सवयींचं, प्रयत्नानं स्वतःमध्ये रोपण केलेलं असतं अन् म्हणून अनेक लोक त्यांच्या कर्तृत्वानं भारावून जातात. त्यांना आदर्श मानतात. त्यांच्या यशाचा हेवा करणारेही अनेक जण असतात. खरं म्हणजे, 'वर्व्हेन' टाईपचे लोक सुखी असायला हरकत नसते. इतरांना जे जे हवंहवंसं वाटतं ते या लोकांनी बरंचसं मिळवलेलं असतं. हेवा वाटावा असं यश, कीर्ती मिळवलेली असते. पण तरीही अनेक वेळा ते असमाधानी असतात, कारण त्यांचा परिपूर्णतेचा हव्यास, त्यांच्या इच्छाआकांक्षा, अपेक्षा फार मोठ्या असतात. ध्येय फार उंच असतं. 'Not failure but low aim is a crime' हे वाक्य ते अक्षरशः जगत असतात. त्यामुळेच एखाद्या बाबतीत इतरांच्या तुलनेनं ते यशस्वी असले, तरी त्यांची स्वतःची अपेक्षा त्याहीपेक्षा मोठी असल्यानं स्वतःला ते अपयशीच समजतात. असमाधानी राहतात. त्यांचा गुण मग दुर्गुण ठरतो आणि त्यांच्यावर उलटतो तो असा, ते खूप काम करत असतात; पण त्याहीपेक्षा अधिक काम करण्याची त्यांची इच्छा असते, शरीराकडून, मनाकडून आणखी काम करून घेण्याची अपेक्षा असते. कितीही केलं तरी 'पुरे' असं वाटतच नाही. आकांक्षा धावतच राहतात. तनमनाच्या सामर्थ्यापलीकडे अन् शेवटी परिस्थितीच्या जन्मजात गुणावगुणांच्या सीमा प्रत्येक गोष्टीला असतात, त्या सीमांमुळे एखाद्या बाबतीत जेव्हा त्यांचे प्रयत्न तोकडे पडतात, त्यांना जे हवं ते घडू शकत नाही, तेव्हा अशा व्यक्ती उदास होतात, निराश होतात. त्यांना कारण नसताना वैफल्य येतं. मनाचा परिणाम शरीरावर होऊन पेप्टिक अल्सर, अर्धशिशी इत्यादी यांसारख्या रोगांना ते बळी पडतात. निद्रानाश तर नेहमीचीच तक्रार असते, कारण 'आराम' करणं हेच मुळी त्यांच्या स्वभावाच्या विरुद्ध असतं आणि शरीराला आवश्यक आहे तो आराम, ते पुरेसा घेत नाहीत. त्यांच्या विशिष्ट स्वभावधर्मामुळे त्यांना मानसिक व शारीरिक आराम करण्याची कलाच जमत नाही. आराम हराम है। हा मंत्र जपत असताना, Work while you work and play while you play. This is the way to be happy and gay हे अशा व्यक्ती विसरूनच जातात.

पुरेशा आरामाच्या अभावी त्यांचं मन, शरीर थकत जातं. सामर्थ्य कमी होत जातं. तरीही मगरळलेल्या मनाला व शरीराला घेऊन ते तसेच धावत राहतात. थोड्याशा विश्रांतीमुळे त्यांची कार्यशक्ती खरं म्हणजे वाढणार असते; पण हे त्यांना पटत नाही आणि दुसऱ्या कुणी सांगितलं तरी ते पटवून घेणं स्वभावातच नसतं. 'मी करेन तेच बरोबर' ही वृत्ती आड येते.

या औषधांची जरुरी नसणाऱ्या व्यक्ती कर्तृत्ववान; परंतु शांत व सौम्य स्वभावाच्या असतात. नंदादीपासारख्या तेवत राहतात. इतरांनाही प्रकाश देतात. 'चित्ती असो द्यावे समाधान।' हे त्यांनी अंगी बाणवलेलं असतं. स्वतःच्या आणि इतरांच्याही गुणावगुणांच्या अंगभूत सामर्थ्याच्या व परिस्थितीच्या सीमा ते ओळखतात आणि म्हणूनच पायरीपायरीनं यश गाठतात. जमेल तेवढं! त्यातील प्रत्येक पायरीचा आनंद उपभोगतात आणि मगच यशस्वितेची पुढची पायरी कशी चढता येईल याचा अंदाज घेतात. अपयशाची तमा बाळगत नाहीत. म्हणूनच ध्येयप्राप्तीच नव्हे, तर त्यासाठी केलेले प्रयत्नही आनंददायक ठरतात. अशा व्यक्ती इतरांच्या मतांना योग्य किंमत देतात. आवश्यक असेल, तर स्वतःच्या धोरणातही योग्य तो बदल करतात. अपयशाबद्दल, स्वतःला क्षमा करतात आणि म्हणूनच इतरांचीही शक्ती ओळखून त्यांच्या अपयशांबद्दल, चुकांबद्दल त्यांनाही क्षमा करतात. प्रत्येक माणसात काही गुण तसेच काही दोष असतातच. आपण कोणीच दोषरहित नाही. म्हणूनच परिपूर्णतेचा हव्यास धरणं चूक आहे. हे गुणसामर्थ्य, चांगल्या गोष्टी परमेश्वरानं दिल्या त्याबद्दल कृतज्ञ असणं आणि त्या आवश्यक तेवढ्या प्रयत्नांनी सुशोभित करून त्याचा उपभोग घेणं, सुखानं, समाधानानं जीवन व्यतीत करणं हाच खरा उद्देश असतो निसर्गशक्तीचा, हे अशा व्यक्ती उमजून असतात.

अर्धा पेला भरलेला असला, तर प्रथम अर्धा तरी पेला भरलेला आहे याचं समाधान मानू या, त्यातील सुखाची चव ओळखायला शिकू या अन् मगच उरलेला अर्धा भाग थेंबाथेंबानं भरण्याचा प्रयत्न करू या. पूर्ण पेला भरणार नसतोच; पण मिळालेला प्रत्येक थेंब यशाची धुंदी आणणारा असू दे. स्वतःला व इतरांना आनंद देणारा असू दे. तरच आपल्याला जीवन जगण्याची कला थोडीतरी साधली म्हणता येईल.

'वर्व्हेन' टाईपच्या व्यक्तींच्या कथा आणि व्यथाही आज आपण पाहणार आहोत.

'वर्व्हेन' टाईपचा विद्यार्थी कसा वागेल पाहू या. तो हुशार असेल, मेहनती तर असेलच. त्यानं अनेक वेळा उत्तम प्रकारचं यशही संपादन केलेलं असेल. एक चांगला विद्यार्थी म्हणून त्याचं कौतुकही होत असेल; पण तरीही तो समाधानी मात्र असणार

नाही. शाळेत त्याच्या वर्गात तो सर्वप्रथम आला. लोक अभिनंदन करत असले, तरी तो मनात म्हणत असेल, 'छे! आणखी अभ्यास करायला हवा होता. माझे पर्सेंटेज काही माझ्या मनासारखे नाही. पुढील वेळेला तो रात्र रात्र जागून अभ्यास करेल. कदाचित त्यामुळे आजारीही पडेल आणि त्याला वाटेल, छे! मला खूप अभ्यास करावासा वाटतो; पण माझं शरीर साथ देत नाही. सतत तो अभ्यासाच्या तणावाखाली वावरेल आणि त्यामुळे कदाचित परिपूर्णतेच्या हव्यासामुळे एखाद्याच विषयाचा खूप अभ्यास करेल किंवा एखादा टॉपिक करण्यासाठी प्रमाणापेक्षा अधिक वेळ खर्च करेल व अभ्यासातील सुसंगतपणा, शिस्त गमावून बसेल. अशा विद्यार्थ्यांची पेपर अपूर्ण राहणं, एखादा प्रश्न वेळेअभावी लिहायचा राहून जाणं ही नेहमीची तक्रार असेल, कारण पहिले काही प्रश्न लिहायला ते खूप वेळ घेतात. किती लिहिलं तरी पुरेसं लिहिलं असं वाटतच नाही. तक्रार असेलच. त्यामुळे त्यांना उत्तरपत्रिका लिहिण्यास दिलेला वेळ पुरत नाही. परीक्षेच्या रिझल्टच्या दिवशी ते कधीही खूप आनंदात असणार नाहीत. इतरांच्या तुलनेनं त्यांचं यश गौरवास्पद असलं, तरी अपेक्षेपेक्षा ते कमीच असेल.

'वर्व्हेन' टाईपची गृहिणी कशी असेल कल्पना करा. खरं म्हणजे ती खूप कामसू, कष्टाळू असेल. आपल्या जबाबदाऱ्या चांगल्या प्रकारे पार पाडणारी असेल; पण समजा, घरी पाहुणे जेवायला येणार आहेत, त्यासाठी घर कितीही सजवलं, तरी तिचं समाधान होणार नाही. हे करायला हवं होतं, ते करायचं राहिलं, उद्या अमुकतमुक करून व्हायलाच हवं इत्यादी ती म्हणत राहील. जेवणातही ती सर्व पदार्थ बऱ्यापैकी करेल. पाहुणे कौतुकही करतील; पण तिला वाटत राहील, 'आज पुरणपोळी काही नेहमीसारखी जमली नाही, आणि अमुक भाजी करायची राहिली.' हीच व्यक्ती जर नोकरी करणारी स्त्री असेल, तर मग तिची त्रेधातिरपीट विचारायलाच नको. ती सतत तणावाखाली वावरेल. चिंता करत राहील. स्वतःच्या शरीराला आणि मनाला शिणवत राहील. घरच्या आणि ऑफिसमधील दोन्ही प्रकारच्या जबाबदाऱ्या उत्तम प्रकारे पार पाडता आल्याच पाहिजेत, असं तिला वाटत राहील, लक्षात घ्या, असं वाटणं चांगलं; पण 'आल्याच' पाहिजेत असं तिला वाटतं. एखाद्या दिवशी ऑफिसमधील कामामुळे ती दमलेली असेल व भातआमटीचा स्वयंपाक घरातील माणसं गोड मानतील; पण तिचं तिलाच वाटत राहील, 'छे! हे काही बरोबर नाही. आपल्याला हा असा थकवा येतोच कसा? आपण आपली तब्येत सुधारण्यासाठी प्रयत्न केले पाहिजेत, म्हणजे आपण अधिक काम करू शकू.'

'वर्व्हेन' टाईपचा कुटुंबप्रमुख कसा असेल पाहा. पत्नी, मुलांनी केलेली कोणतीच

गोष्ट मनासारखी असणार नाही. आपलं घर आहे त्यापेक्षा अधिक चांगलं असायला हवं. मुलं मिळवत आहेत त्यापेक्षा अधिक यश त्यांनी मिळवलं पाहिजे, असं तो म्हणत राहील. त्या मुलांची क्षमता किती आहे, हे न पाहता 'तुम्ही अभ्यास कमी करता' असं सांगत राहील. पत्नीला सांगेल, अमकीतमकी याहीपेक्षा कमी पैशांत चांगलं घर सांभाळते. तू काटकसर कशी करता येईल याचा नीट विचार करत नाहीस... इत्यादी.

एखादा उद्योगपती इतरांच्या तुलनेनं यशस्वी असेल, कर्तृत्ववान असेल, श्रीमंत असेल; पण असमाधानी राहून व्यवसाय वाढवण्यासाठी आत्यंतिक तणावाखाली वावरत असेल, तर 'वर्व्हेन' त्याला समाधानी राहण्यास मदत करेल. परिपूर्णतेचा हव्यास कमी करेल.

How much land a man needs? म्हणजे माणसाला किती जमीन लागते? या शीर्षकाची 'टॉलस्टॉय' या महान विचारवंताची अत्यंत अर्थपूर्ण अशी कथा आहे, त्याचा थोडक्यात सारांश असा-

एका माणसाला सांगितलं जातं, सूर्योदयाला या निशाणापासून धावायला सुरुवात करायची व सूर्यास्तापूर्वी त्याच जागी पुन्हा परत यायचं, जिथपर्यंत तू धावत जाशील ती सर्व जमीन तुझ्या मालकीची.

तो माणूस धावत राहतो; पण आता परत फिरावं असं वाटत नाही. तो पुढे पुढे जातच राहतो. अधिक जमीन मिळवण्यासाठी. शेवटी मध्यान्हीचा सूर्य खाली सरकू लागतो. आता सूर्यास्तापूर्वी तो परत पोहोचला, तरच ती जमीन त्याची होणार असते; पण खूप अंतर धावून परत जाण्यासाठी तो खूप वेगानं धावत जातो. सूर्यास्तापूर्वी कसाबसा त्या निशाणापर्यंत पोहोचतो खरा; पण हा आनंद त्याला क्षणभरच मिळतो. आत्यंतिक श्रमानं तो मृत्यू पावतो. त्याचं दफन केलं जातं. त्याला पुरण्यासाठी किती जमीन लागली? साडेतीन हात. बिचारा! ऊर फुटेपर्यंत धावत राहिला. तो 'वर्व्हेन' टाईपचा असावा, कारण किती केलं तरी आता पुरे असं या माणसांना वाटतच नाही. कष्ट करतात; पण त्याचा उपभोग घेत नाहीत.

अशा व्यक्तींना अनेक तक्रारी संभावतात. उदा., निद्रानाश, सकाळी दोन-तीन तासांनंतर लगेच लवकर जाग येणं, थकवा, चिंता, काळजी, उदासपणा, नैराश्य यांसारख्या मानसिक तक्रारी, तसेच मनोजन्य शारीरिक विकार, उदा., अर्धशिशी, पेप्टिक अल्सर, अतिरक्तदाब, काही त्वचारोग इत्यादींचाही त्रास होतो.

अशा वेळी मानसिक तणावामुळे उत्पन्न झालेले मानसिक व शारीरिक विकार बरे करून, त्यांच्या यशाचं खरं सुख त्यांना 'वर्व्हेन' या औषधामुळे समजतं, उमजतं.

■■■

‘मी म्हणेन ती पूर्व !’

३२. वाइन (Vine)

‘मी म्हणेन ती पूर्व’ असं इतरांवर वर्चस्व.

कर्तव्यकठोर, इतरांची बाजू, मतं याचा विचार करत नाहीत.

‘मी म्हणेन ती पूर्व!’ असा काहीसा ‘वाइन’ (Vine) टाईपच्या लोकांचा स्वभाव असतो. अर्थात, त्या व्यक्ती तितक्याच कार्यक्षम, कर्तृत्ववान, महत्त्वाकांक्षी अन् इच्छित गोष्ट साध्य करून दाखवणारच या बाण्याच्या असतात. कोणताही निर्णय चटकन घेता येईल अशी विचारशक्ती त्यांच्याजवळ असते. महत्त्वाच्या, तातडीच्या प्रसंगी अशी वृत्ती अन् शक्ती अत्यावश्यक असते, यामुळेच अशा प्रसंगी इतरांना योग्य त्या आज्ञा देऊन दिशा दाखवण्याचं काम या व्यक्ती उत्तम प्रकारे करू शकतात. त्यांचा आत्मविश्वासही जबरदस्त असतो, परंतु आपल्या दैवदत्त देणग्यांचा (उदा., उत्तम व्यक्तिमत्त्व, बुद्धिमत्ता, वैभव इत्यादी.) उपयोग ते इतरांवर वर्चस्व गाजवण्यासाठी करतात. थोडासा प्रमाणाबाहेरच! इतरांच्या मतांना ते फारशी किंमत देत नाहीत. त्यांच्या आज्ञांचं पालन मात्र हूं की चूं न करता झालंच पाहिजे, असा त्यांचा आग्रह असतो; नव्हे ते तसं करायला लावतातच! वर्चस्व गाजवण्याची आत्यंतिक इच्छा त्यांच्या मनात असते. अशा अधिकाराच्या शक्तीच्या हव्यासामुळे ते अनेकदा कठोर, निष्ठुरही बनतात. कोणत्याही बाबतीत इतरांपेक्षा आपल्याला जास्त कळतं अशी त्यांची धारणा असते आणि त्याबद्दल त्यांच्या मनात

जराही शंका असत नाही. या त्यांच्या अवाजवी आत्मविश्वासामुळेच ते आपल्या इच्छा, आपली मतं इतरांवर लादतात व इतरांना तसं करायला भाग पाडतात.

घरात सतत मिलिट्री टाईप शिस्त राखू पाहणारे आई-वडील, काही संस्थाचालक, ऑफिसमधील काही वरिष्ठ अधिकारी, काही शिक्षक अशा स्वभावाचे असल्याचे आपल्याला आढळत असतील. स्वतःची कामंही ते अत्यंत काटेकोरपणे करतील अन् इतरांवरही हुकमत गाजवतील. अशी हुकमत गाजवणं हा त्यांच्या आयुष्यातील एक सर्वोच्च आनंद असतो. कुणाचीही दयामाया न बाळगता, कठोर शिस्तपालन हेच त्यांचं ध्येय असतं. ते वादविवाद करणार नाहीत, किंवा कुणाची बाजूही ऐकून घेणार नाहीत. 'मी म्हणतो तेच बरोबर आहे. अधिक न बोलता ते पार पाडा' अशी आज्ञा देऊन निघून जातील. आपलं मत दुसऱ्याला पटवून देण्याचा, गळी उतरवण्याचा प्रयत्न ते करणार नाहीत, कारण आपलं म्हणणंच बरोबर आहे, ते दुसऱ्याला पटो वा ना पटो, त्यानं ते तसं केलंच पाहिजे असा त्यांचा अट्टाहास असतो. निमूटपणे आज्ञापालन करणारे लोक त्यांना आवडतात अन् असं आज्ञापालन करून घेणं एखाद्याच्या बाबतीत जमणार नसेल, तर ते त्या माणसातील आपला इंटरेस्टच काढून घेतात. त्या माणसाकडे संपूर्ण दुर्लक्ष करतात. स्वतःच्या बाबतीत ते कधीही कोणाला सल्ला विचारणार नाहीत. तशी गरज आहे असं त्यांना वाटतच नाही. मिळून मिसळून राहण्याची, तडजोड करण्याची वृत्तीच त्यांच्याजवळ नसते. स्वतःलाही ते त्याच कठोरपणानं वागवतात. या वृत्तीमुळे साहजिकच त्यांच्या शरीरावर परिणाम घडतात. एक प्रकारचा ताण सतत मनावर अन् शरीरावर बाळगल्यामुळे असे तणावजन्य विकार त्यांना होतात (अतिरक्तदाब, अर्धशिशी, स्नायूंच्या कळा, वेदना, संधिवात इत्यादी.)

वाइन (Vine) या औषधाची गरज नसणारे अधिकारी कसे असतात पाहा. आपल्या दैवदत्त देणग्यांची, गुणांची त्यांना पुरेपूर जाणीव असते. आपल्या कर्तृत्वासाठी, यशासाठी ते या गुणांचा व अधिकारांचा अवश्य उपयोग करून घेतात; पण हुकमत गाजवणं, वर्चस्व गाजवणं याची त्यांना गरज वाटत नाही. मानवी स्वभावाची जाणीव ठेवून दुसऱ्याचं मन ओळखून, त्यांना प्रेमानं जिंकून ते सर्वांशी चांगले संबंध प्रस्थापित करतात. प्रसंगी त्यांना योग्य तो सल्ला देतात. मदत करतात. हुकुमत न गाजवताही जे आज्ञापालन करतात, त्यांच्या गुणांचा प्रेमादर करतात.

काही रुग्णांची उदाहरणं

माधवराव. वय ४५ वर्षं. पेशानं शिक्षक, एका शाळेचे ते मुख्याध्यापक आहेत. शिस्तीच्या बाबतीत अत्यंत काटेकोर! शिकवण्यात एखादा विषय समजावून देण्यात

हातखंडा, परंतु विद्यार्थ्यांनी एवढंच नव्हे, हाताखालचे शिक्षक, घरातील पत्नी, मुलं सर्वांनीच आज्ञापालनात जराही कसूर केलेली त्यांना खपत नसे. हल्ली त्यांना पाठदुखी व गृध्रसी (Lambago Sciatica Syndrome)चा त्रास सुरू झाला होताच अन् त्याचबरोबर इन्फ्ल्युएन्झाही झाला. खूप ताप आला होता. तापातही ते सांगत होते, 'दहावीच्या परीक्षा जवळ आल्या आहेत. विद्यार्थ्यांसाठी मी स्पेशल क्लास घेतो. त्यांचे दिवस फुकट चालले आहेत. माझ्या या आजारपणामुळे विद्यार्थ्यांचं नुकसान होत आहे. माझी जबाबदारी मी पूर्ण करू शकेन की नाही कुणास ठाऊक!'

माधवरावांना त्यांच्या व्यक्तिमत्त्वाच्या प्रकारानुसार 'वाइन' (Vine), खूप ताप असल्यामुळे 'रॉक रोझ' (Rock Rose) व आपण आपली जबाबदारी पूर्ण करण्यास असमर्थ आहोत असं त्यांना वाटत असल्यामुळे 'इल्म' (Elm) ही औषधं दिली. दोन दिवसांतच ताप उतरला व पाठदुखी-सायटिकाच्या वेदना कमी झाल्या. तरीही वेदना पूर्ण कमी झाल्या नसल्यामुळे 'वाइन' व 'इल्म' (Elm) ही औषधं चालूच ठेवली. आठ दिवसांत वेदना गेल्या. पण थोडा अशक्तपणा वाटत होता. अर्थात, माधवरावांनी शाळेत जाणं सुरू केलं होतं. सकाळी शाळेत जाताना थकवा जाणवायचाच; पण एकदा शाळेत गेल्यावर ते थकवा विसरून जात. कामात रंगून जात. थकव्यासाठी त्यांना आता 'हॉर्नबीम' (Hornbeam) हे औषध सुरू केलं. 'इल्म' हे औषध बंद केलं. 'वाइन' हे त्यांचं व्यक्तिमत्त्वाच्या वैशिष्ट्यांनुसार दिलेलं औषध मात्र चालूच ठेवलं. १५ दिवसांत थकवा, अशक्तपणा जाणवेनासा झाला, त्यामुळे 'हॉर्नबीम' बंद करण्यात आलं. अधूनमधून सायटिकाचा त्रास होत असे. त्यासाठी मात्र 'वाइन' हे औषध दोन महिने चालूच ठेवलं. आता माधवराव पूर्ण निरोगी आहेत अन् एखाद्या तरुणाला लाजवतील अशा उत्साहानं शाळेचं कामकाज पाहत आहेत.

सुलोचनाबाई. वय ४० वर्षं. त्यांना अतिरक्तदाबाचा विकार सुरू झाला होता. त्यांनी स्वतःच सांगितलं, घरात मी अत्यंत कडक शिस्तीत सर्वांना वागवते. मुलगा, सून, नातवंडं, एवढंच नव्हे; तर माझे पतीसुद्धा! अन् यात जराही चूक झाली तर मला खूप राग येतो. माझी मलाच भीती वाटते, की अशा वागण्यामळे अन् रागावण्या-चिडवण्यामुळे मला 'हार्ट ॲटॅक' तर येणार नाही ना? सुलोचनाबाईंना 'वाइन' हे व्यक्तिमत्त्वानुसार औषध, 'इम्पेशन्स' त्यांच्या चिडखोरपणासाठी अन् 'मिम्युलस' त्यांना वाटणाऱ्या भीतीसाठी. या औषधयोजनेमुळे त्यांचा अतिरक्तदाबाचा विकार समूळ नष्ट झाला.

■■■

आठवणींचे पाश

३३. वॉलनट (Walnut)

जीवनातील महत्त्वाचे बदल घडताना मनावर येणारा ताण.

'वॉलनट' हे औषध 'लिंक ब्रेकर' (Link breaker) म्हणून ओळखलं जातं. ज्या वेळी एखादा मोठा बदल आयुष्यात घडत असतो, त्या वेळी आठवणींचे पाश, इतक्या दिवसांच्या अंगवळणी पडलेल्या सवयी पाय मागे ओढतात. या बदलाचा ताण मनावर व शरीरावर येतो व त्रास होतो. अशा वेळी हा **बदल लगेच अंगवळणी पडावा, नवीन परिस्थितीला सहजतेनं सामोरं जाता यावं, यासाठी हे औषध उपयोगी पडतं.**

जीवनातील महत्त्वाचे निर्णय उदा., धर्मांतर, व्यवसाय बदलणं, देशांतर अशा वेळी हे औषध मनःशांती देतं, तसंच लहान मुलांना दात येणं, पहिली मासिक पाळी येऊन तारुण्यात पदार्पण करणं किंवा स्त्रियांची मासिक पाळी जाताना निर्माण होणाऱ्या तक्रारींसाठी हे औषध उपयोगी पडतं. मग त्या तक्रारी शारीरिक असोत वा मानसिक!

काही माणसांना छोट्या–मोठ्या बदलांचीही चटकन सवय होत नाही. हे बदल अंगवळणी पडायलाही खूप वेळ लागतो, अशांना 'वॉलनट टाईपचं व्यक्तिमत्त्व' असं म्हणता येईल.

'हनीसकल' हे औषध गतकाळातील दुःखद आठवणी व त्यांचे मनावर होणारे परिणाम विसरायला लावतं. माणसाची स्मृती हे वरदान असलं, तरी कधी कधी याच आठवणी मन अस्वस्थ करतात. सुखद आठवणींचे पाशदेखील कार्यशीलतेत बाधा आणतात. अशा वेळी 'हनीसकल' उपयुक्त ठरतं, तर 'वॉलनट' हे औषध, बदल होत असताना, ते अंगवळणी पडण्यासाठी द्यावं लागतं. 'हनीसकल' व 'वॉलनट' या वरवर पाहता, सारख्या भासणाऱ्या औषधांमधील हा फरक समजून घेणं आवश्यक आहे.

आता आणखी काही उदाहरणं पाहा–

सासरी आल्यानंतर नववधूला नवीन घरात सर्वच नवीन असतं. माहेरच्या आठवणी मनात पिंगा घालत असतात. ठायी ठायी सर्व बदललेलं जाणवतं. अर्थात, काही दिवसांनतर या नवीन वातावरणाची, नवीन माणसांची सवय होते; पण तोपर्यंत जुन्या आठवणींमुळे होणाऱ्या मानसिक किंवा शारीरिक तक्रारी हे औषध दूर करू शकेल.

काही जण सांगतात, 'नवीन ठिकाणी गेल्यावर मला झोपच येत नाही' अशांना या औषधाचा उपयोग होईल. हाच नियम इतर अनेक ठिकाणी लागू करता येईल. हवामानातील बदल, स्थानबदल, अन्नातील बदल, सभोवतालच्या समाजातील बदल, यांमुळे ज्यांना त्रास होतो, काही तक्रारी उद्भवतात, अशांना हे औषध देता येईल.

आंतरजातीय विवाहाच्या बाबतीत पहिला प्रेमाचा बहर ओसरल्यानंतर मतभिन्नता जाणवू लागते. एकमेकांच्या सवयी, श्रद्धास्थानं, विचारांची भिन्नता, इत्यादींतील फरक समजून येतो. दोघांची एकमेकांना खरी ओळख होऊन स्वभाव समजून घेणं, एकमेकांच्या सवयी अंगवळणी पडणं या गोष्टींना वेळ लागतो. कधी कधी भांडणंही उद्भवतात. हे टाळायचं असेल, तर 'वॉलनट' घेतलेलं बरं, नाही का? अर्थात, विचारांना योग्य दिशा देण्याचं काम करावं लागतंच.

दारू, सिगारेट, चहा–कॉफी यांसारखी व्यसनं किंवा अंगठा चोखणं, नखं कुरतडणं यांसारख्या सवयी घालवण्यासाठीही वॉलनटचा उपयोग होऊ शकतो. अर्थात, औषधयोजनेबरोबरच काही मानसिक व्यायामांचीही जरुरी असते, तसंच **आनुवंशिक आजारांतही वॉलनटचा उपयोग होण्यास मदत होते.** मागील एका लेखात सफेद डाग असलेल्या (Vitiligo) पेशंटला दिलेल्या इतर औषधांबरोबरच स्वभावानुसार 'व्हाइट चेस्टनट' दिलं व त्यामुळे अपेक्षेपेक्षा लवकर गुण आला, असं लिहिलं होतं. त्याचप्रमाणे सफेद डाग आनुवंशिकतेमुळे असलेल्या पेशंट्सना हे औषध दिल्यामुळे इतर औषधांचा उपयोग नेहमीपेक्षा जास्त झाल्याचं आढळून आलं.

निवृत्तीनंतर येणारं औदासीन्य, घटस्फोटानंतर येणारं नैराश्य इत्यादी बाबतींतही या औषधाचा तारतम्यानं उपयोग करता येईल.

'वॉलनट' या औषधाची जरुरी असलेल्या व्यक्ती कशा असतात, ते पाहू या.

अशा व्यक्ती दृढनिश्चयी असतात. एकदा त्यांनी आपलं ध्येय ठरवलं, की वेळप्रसंगी समाजप्रवाहाच्या विरुद्ध दिशेनंसुद्धा पोहत जाण्याचं सामर्थ्य त्यांच्या ठायी असतं. त्यांची दृष्टी पूर्वग्रहदूषित असत नाही. कसोटीचे नियम लावून एखादं नवीन तत्त्व सिद्ध झालं, की मग ते इतरांच्या गळी उतरवण्यासाठी किती का कष्ट पडेनात, ते आपल्या नियमांना चिकटून राहतात. नवीन तत्त्वांची कास सहजपणे धरून राहतात. पृथ्वी गोल आहे हे प्रथम मांडलं गेलं, त्या वेळी ते समाजानं मान्य केलं नाही. याचं कारण वॉलनटिझम. जुन्या रूढी-समजुतींना चिकटून राहण्याची वृत्ती.

'डॉ. बॅच' हे पॉझिटिव्ह 'वॉलनट' टाईपचे (वॉलनटची जरूर नसणारे) असावेत, कारण माणसाच्या मनोधारणेवर, मानसिक लक्षणांवर आधारित अशी औषधयोजनेची नवी पद्धत त्यांनी शोधून काढली व त्या वेळी त्यांनी रूढ वैद्यकाचा पगडा आपल्या मनावर बसू दिला नव्हता.

आता काही रुग्णांच्या हकिकती पाहू या.

छोटा अभिषेक. दात येण्याच्या वेळी सतत किरकिर चालू होती. सारखी आई हवी. घेऊन फिरवत राहिले, तर थोडा शांतपणा. आई अगदी वैतागून गेली होती. कॅल्शियम घटकांची आहारात जोड आणि 'वॉलनट' व 'चिकोरी' ही औषधं दिल्यानंतर बाळराजे पुन्हा हसू-खेळू लागले.

जयश्रीबाई. वय ४८ वर्षं. त्यांना चेहऱ्यावर गरम भपकारे मारल्यासारखी संवेदना होऊन चेहऱ्याला घाम येणं, चिडखोरपणा, उदासपणा, झोप येणं, सांधेदुखी इत्यादी तक्रारी होत्या. त्यातच अत्यंत काळजीखोर स्वभाव, पाळीच्या वेळी अंगावर कमीजास्त गेलं, की त्या विचार करू लागत, 'मला कॅन्सर तर झाला नाही ना?' कॅन्सरची त्यांना नेहमी भीती वाटायची.

पाळी जाण्याच्या वेळी शरीरात घडणाऱ्या हार्मोन्समधील बदलांमुळे अनेक तक्रारी उद्भवतात. मनःस्थितीही बदलते. जयश्रीबाईंना कोणत्या औषधांची आवश्यकता होती, हे सुजाण वाचकांनी हेरलं असेलच. 'व्हाइट चेस्टनट' (White Chestnut) वॉलनट आणि कॅन्सरच्या भीतीसाठी जरुरीप्रमाणे 'मिम्युलस' (Mimulus).

■■■

एकला चाललो रे...

३४. वॉटर व्हायोलेट (Water Violet)

सौम्य, शांत, एकलकोंडेपणा, अबोल वृत्ती, अलिप्त.

आज आपण 'वॉटर व्हायोलेट' या औषधाची माहिती घेणार आहोत. अशा व्यक्ती फार थोड्या आढळतात. अत्यंत सौम्य, शांत स्वभाव, मी बरा नि माझं काम बरं ही वृत्ती. ना कुणाच्या अध्यात ना कुणाच्या मध्यात. स्वतःच्या कामाबाबत दुसऱ्याला तोंड उघडायला देणार नाहीत, की दुसऱ्याच्या कोणत्याही बाबतीत नाक खुपसणार नाहीत. त्यांना एकांतवास प्रिय असतो, कारण आपलं काम ते अधिक एकाग्रतेनं करू शकतात. आपल्या कामाबद्दलही फारसं सांगणार नाहीत. बोलणार नाहीत. आपलं म्हणणं इतरांच्या गळी उतरवण्याचा प्रयत्न करणार नाहीत. इतरांना सल्ला देण्याचा प्रयत्न करणार नाहीत किंवा आपल्या कामाबद्दल इतरांना सल्ला विचारणार नाहीत. कुणी काही म्हणालंच तर सांगतील, 'मला करावंसं वाटतं तेच मी करणार', 'मला माझ्या मार्गानं जाऊ द्या किंवा मला आता माझं काम करू द्या.' असं काहीतरी. एखाद्या बाबतीत दुसऱ्यानं सल्ला विचारला तर सांगतील, 'हे बघ काय करावं, काय करू नये हा तुझा प्रश्न आहे. तुझी समस्या तू सोडवावीस हे बरं. मी त्या बाबतीत काही सांगू शकत नाही.'

ही माणसं आपलं दुःखही इतरांना सांगत नाहीत. ते आजारी असले, तरी कुणाला बोलून दाखवणार नाहीत. झोपून राहावंच लागलं तरी त्यांना खोलीत एकटंच राहायला आवडेल. या व्यक्ती बुद्धिमान असतात. कर्तृत्ववान असतात. ज्ञानी, विचारवंत असतात. अन् यामुळेच असेल कदाचित, त्यांना थोडासा गर्व, थोडा अभिमानही असतो. तो असणं स्वाभाविकही असतं. त्यांच्या एकांतप्रिय स्वभावामुळे काही लोकांना ते गर्विष्ठ, तुसडे, माणूसघाणे वाटण्याचाही संभव असतो; परंतु असं असलं, तरी 'वाइन' टाईपच्या व्यक्तींप्रमाणे इतरांवर सत्ता गाजवायला मात्र या व्यक्तींना आवडत नाही. अनेक वेळा इतरांचं दुःसह्य वाटणारं वागणंही किंवा त्यांना न आवडणाऱ्या गोष्टी कृतीही ते सहजपणे सहन करतात.

या औषधाची जरुरी नसणाऱ्या व्यक्ती कशा असतात पाहा. शांत, सौम्य, ज्ञानी, विचारी स्वभावाबरोबरच इतरांना आपलंसं करून घेण्याचा, त्यांच्या अडीअडचणींबाबत विचार करून त्यांना योग्य उपदेश, सल्ला देण्याचाही गुणधर्म ते बाळगतात. आपल्या ज्ञानाचा उपयोग इतरांसाठी करतात. राजयोगी माणसाचं आयुष्य वैभवानं जगतात.

ललिताबाई. वय ५० वर्षं. एका शाळेच्या मुख्याध्यापिका अत्यंत कार्यक्षम, कर्तृत्ववान. आपलं सर्व जीवन जणू त्यांनी त्या शाळेसाठीच वाहिलं होतं. शाळेची खूप प्रगतीही घडवून आणली. विद्यार्थ्यांना नेहमीच त्यांच्याबद्दल आदरयुक्त भीती वाटायची. सहकाऱ्यांच्यात मात्र त्या थोड्याशा अप्रिय होत्या, कारण त्या अत्यंत मितभाषी. कोणत्याच कामात कधीच ढवळाढवळ करू न देणाऱ्या. १०-१५ वर्षं त्यांच्याबरोबर काम केलेले सहकारीसुद्धा त्यांच्याशी कधी फारसं संभाषण करत नसत. नव्हे त्यांना तशी संधीही मिळत नसे. हल्ली त्यांचं वरचेवर डोकं दुखत असे. अन् यामुळेच त्या अत्यंत चिडखोर बनल्या होत्या. इतके दिवस त्या अलिप्तपणे वागत होत्या तरी चिडणं, रागावणं त्यांच्या स्वभावात नव्हतं. त्या सांगत होत्या.

'डॉक्टर, हल्ली मी खूप अंतर्मुख झाले आहे. माझ्यामध्ये हा बदल कसा झाला माहीत नाही. खूप चिडखोरपणा आला आहे माझ्यात. याचा परिणाम माझ्या कामावर होऊ पाहतो आहे. या डोकेदुखीनंही हैराण झाले आहे...'

ललिताबाईंना त्यांच्या व्यक्तिमत्त्वानुसार 'वॉटर व्हायोलेट', चिडखोरपणासाठी 'इम्पेशन्स' (Impatiens) व अंतर्मुखतेसाठी 'पाइन' (Pine) ही औषधं दिली अन् प्रथम त्यांचा चिडखोरपणा कमी झाला. डोकेदुखीचंही प्रमाण कमी झाल्यानंतरही काही दिवस 'वॉटर व्हायोलेट' हे औषध मात्र चालू ठेवावं लागलं. आता त्या अधिक उत्साही, खेळकर आणि कार्यक्षम झाल्या आहेत. सारी 'वॉटर व्हायोलेट'ची कृपा!

■■■

अधिक कोण जाळते, चिता की चिंता?

३५. व्हाइट चेस्टनट (White Chestnut)

सतत चिंता, काळजी, मनात त्याच त्याच विचारांचं वादळ, निर्णय घेता येत नाही, वैफल्य.

आता आपण एका आत्यंतिक महत्त्वाच्या औषधाची माहिती घेणार आहोत. जवळ जवळ सर्वांनाच या औषधाची कधी ना कधीतरी जरुरी लागतेच आणि ते औषध म्हणजे 'व्हाइट चेस्टनट'(White Chestunut).

कधी कधी काही निराशाजनक प्रसंग घडतात. कधी कुणी कारण नसताना अपमान करतं, तर कधी आपणच दुसऱ्याला लागेल असं मनात नसतानाही नकळत बोलून जातो. काही वेळा मनात असतं एक आणि दुसरंच केलं जातं, काही वेळा परिस्थितीच चिंताजनक असते आणि आपण काहीच करू शकत नाही. अशा वेळी मनात विचारांची आवर्तनं चालू राहतात. मी असं बोलायला नको होतं किंवा अमुक करायला नको होतं, असं वाटत राहतं. हे विचार मनाला सारखे अस्वस्थ करत राहतात. विचार करूनही उपयोग नाही, हे कळतं; पण वळत नाही. काळजी पोखरत राहते. विचार मनात घिरट्या घालत राहतात. वाटतं, कशी सुटका मिळेल या विचारातून? मनावर ताबा राहत नाही, नकोसे वाटणारे विचार कसे थांबवावे कळत नाही. यातून फायदा काहीच होणार नसतो. समस्या कोणतीच सुटत नाही आणि मनाला थकवा मात्र येतो.

जणू एखाद्या ग्रामोफोन रेकॉर्डवर काही बिघाड असावा आणि सूचिका तिथं येताच तेच तेच शब्द पुन्हा वाजवले जावेत. डॉ. बॅच या मनःस्थितीला म्हणूनच (Gramophone record state of mind) म्हणतात. एका पेशंटनं लिहिलं होतं, 'माझे जणू माझ्या मनाशीच वादविवाद होत राहतात. मी अगदी थकून जाते. वाटतं, एकदा का हे विचारचक्र थांबेल आणि माझी सुटका होईल यातून. कधी मला थोडीशी मनःशांती मिळेल? मी ठरवलं तरीसुद्धा हे विचार मला थांबवला येत नाहीत.'

कधी कधी ही गोष्ट अशा स्थितीला पोहोचते, की माणूस विचाराधीन होऊन जणू त्यात स्वतःलाच हरवून बसतो. अशा वेळी त्याला/तिला मोठ्यानं हाका मारलेल्याही ऐकू येत नाहीत. कुणीतरी जाऊन हलवावं लागतं, लोक विचारतात कसल्या विचारात गुंग होतास एवढा? तेव्हा ती व्यक्ती भानावर येते. अशी स्थिती नेहमी होत राहणं वाईटच, कारण यांमुळे अपघातही घडू शकतात आणि रोजच्या कामावरही बराच परिणाम होतो. विचारांच्या मोहोळात आपण काय काय करतो आहोत याचंही भान राहत नाही. याला त्या व्यक्तीचा काहीच इलाज नसतो. बऱ्याच वेळा अशा मनःस्थितीमुळे झोप लागत नाही, कारण मन इतकं अस्वस्थ असतं, की ते विश्रांतीच्या स्थितीत जाऊच शकत नाही. कधी झोप लागतच नाही. लागली तरी फार उशिरा लागते किंवा दोन-तीन तासांनी जाग येते. दिवसभरातील सर्व चिंता जणू मनावर तुटून पडतात. विचाराधीन होऊन झोपच लागत नाही. मानसिक शांतता कधीच मिळत नाही. मग डोकेदुखी, त्वचाविकार, पचनाचे विकार, वैफल्य, निराशा इत्यादी सतावू लागतात. अशी माणसं मग इतरांपेक्षा थोडी वेगळी वागतात.

स्वतःशीच बोलणं, एकाच विषयावर पुनःपुन्हा तेच बोलत राहणं, काही सवयी उदा., डोळे मिचकावणं, खांदे उडवणं, नेहमी कसल्यातरी योजना आखत राहणं; पण त्या कृतीत न आणणं, एखाद्या बाबतीत फार उत्तेजित होणं, खूप आनंदित होणं आणि लगेच उदास होणं यांसारख्या थोड्या वेगळ्या, पण साध्या तक्रारींपासून ते निरनिराळे भास होणं, भुताटकीसारखे प्रकार, निरनिराळे आवाज ऐकू येणं इत्यादी लक्षणंही आढळतात, एखादी गोष्ट कारणाशिवाय सारखी करत राहणं, उदा., फेऱ्या मारणं, घरात आतबाहेर करत राहणं, सारखे हात धुणं, दाराचं कुलूप लावणं-काढणं इत्यादी हेही याच औषधाच्या कार्यक्षेत्रात येतं. अर्थात, असं करणाऱ्या व्यक्तीचा ते करताना स्वतःवर ताबाच नसतो. एक गोष्ट मात्र आढळून येते, दुसरा कुणी आपल्याला पाहतो आहे, असं वाटलं तर ते लोक ती कृती थांबवतात.

उत्तेजितपणा (Excitment) हा या व्यक्तींचा स्वभावधर्म असतो. उदा., एखाद्या इंटरव्ह्यूसाठी जायचं आहे. तर ही व्यक्ती त्याबद्दल मनात सारखा विचार करत राहील.

मी असे वागेन, असं बोलेन, प्रश्नकर्ता काय विचारतो आहे याकडे नीट लक्ष देईन इत्यादी. पण ज्या वेळी प्रत्यक्ष इंटरव्ह्यू द्यायची वेळ येते त्या वेळी मात्र त्यांचं मन अगदी रितं होतं जणू! परीक्षेच्या बाबतीतही असंच होतं. पेपर टाकून बाहेर आले, की वाटतं, अरे, हा साधा प्रश्नही मला कसा लिहिता आला नाही?

असाच उत्तेजितपणा रात्री झोपतानाही असतो आणि मनाच्या अस्वस्थपणामुळे सारखं लघुशंकेसाठी जाणं, या कुशीवरून त्या कुशीवर होत राहणं इत्यादी लक्षणं संभवतात.

मनाची एकाग्रता न होणं हेही यामुळेच घडतं, कारण मनात नको त्या विचारांची एवढी गर्दी झोली असती, की हाती घेतलेल्या कामात किंवा अभ्यासात मन एकाग्र होत नाही. इतकंच नव्हे तर प्रार्थना करतानासुद्धा ती एकाग्रतेनं करता येत नाही. इतर विचार मनात घोळत राहतात. ही माणसं अति काळजी करतात. प्रत्येक गोष्टीची, मुला-बाळांची, धंद्या-व्यवसायाची, घरातल्या इतर माणसांची, काय करावं आणि काय करू नये, काय बोलावं आणि काय बोलू नये सगळ्यांचीच काळजी. जणू या काळजीची काजळी त्यांच्या संपूर्ण व्यक्तिमत्त्वाभोवती धरून राहते. हा मला असं म्हणाला, ती मला तसं म्हणाली, मी असं करायला नको होतं की काय? त्याच त्याच गोष्टींबद्दल नको इतका विचार करत राहतात. एखाद्या कामाच्या बाबतीतही तेच. एक नोकरी करणारी गृहिणी सांगत होती, 'डॉक्टर, मी रात्री झोपतानासुद्धा दुसऱ्या दिवशीच्या स्वयंपाकाची सर्व तयारी करून ठेवते; पण एखाद्या दिवशी मी खूप थकून गेले असेन आणि तशीच झोपायला गेले तर आपण उद्याची तयारी केली नाही, हा विचार मनाला स्वस्थता लाभू देत नाही. मग उठून ते करेपर्यंत मला झोपच लागत नाही. मी पिक्चरला गेले तरी आधी टॉयलेटला जाऊन येते. नाही गेले, तर तो विचार स्वस्थ बसू देत नाही. चित्रपटावरही लक्ष केंद्रित होत नाही. चित्रपटाला जाऊन आल्यानंतरही ती दृश्यं सारखी नजरेसमोर तरळत राहतात. मी एखादा खर्च जादा केला, तरी तो का केला, असा पश्चात्ताप मला होत राहतो. महिन्याचा हिशेब जमला नाही, तर मला चैन पडत नाही. मग ती किती का छोटी रक्कम असेना! एखाद्यानं पैसे उसने मागितले, मी दिले नाहीत, तर द्यायला हवे होते की काय, असं वाटतं व दिले तर, ती व्यक्ती ते बुडवणार. आपण देऊन मूर्खपणा केला की काय, असं वाटत राहतं.'

या गृहिणीसाठी 'व्हाइट चेस्टनट' काम करणार होतं.

या औषधाची गरज नसणाऱ्या व्यक्ती शांत, समाधानी असतात. बाहेरच्या घटनांचा त्यांच्यावर फारसा प्रभाव पडत नाही. किंवा त्याचा आवश्यक तेवढाच त्या विचार

करतात. कल्पनाशक्ती आणि उत्तेजितपणाला लगाम घालण्याची कला त्यांनी साधलेली असते, यामुळेच ते नेहमी कृतिशील राहतात व आपल्या कल्पना प्रत्यक्षात उतरवतात.

आता आपण 'व्हाइट चेस्टनट' या औषधाच्या रुग्णांची उदाहरणं अभ्यासणार आहोत.

सुनीताबाई. वय ४९ वर्षं. त्यांना वरचेवर घसा दुखण्याचा त्रास व्हायचा. सर्व प्रकारच्या लॅबोरेटरी इन्व्हेस्टिगेशन्स झाल्या. अनेक डॉक्टर्सनी समजावलं; पण सुनीताबाईंची काही समजूत पटेना. त्यांना कॅन्सरचीच शंका येत होती. सतत त्याचाच विचार मनात. रात्री झोपही यायची नाही. एक डॉक्टर कॅन्सरविषयी समजावून सांगताना म्हटलं होतं की, 'अहो, तुम्हाला भूक वगैरे व्यवस्थित लागते. वजनही छान आहे.' पण आता या काळजीनं त्यांची भूक कमी झाली व कॅन्सरविषयीची शंका आणखी दृढ होऊ लागली. घशाचा त्रास आणखी वाढला. सुनीताबाईंना 'व्हाइट चेस्टनट' व कॅन्सरच्या भीतीसाठी 'रॉक रोझ' तसेच 'क्रॅब ॲपल' ही औषधं दिली. साधारणपणे आठवड्यानंतर त्यांनी निदान त्यांच्या सर्व रिपोर्ट्सबाबत माहिती तरी करून घेतली. त्यांची भीती कमी झाली. थोडी झोपही लागू लागली. यानंतर 'व्हाइट चेस्टनट' व 'क्रॅब ॲपल' ही दोनच औषधं चालू ठेवली. आता त्यांची काळजी बरीच कमी झाली आहे. काही दिवसांनी घशाचा त्रासही कमी होईल, अशी त्यांना खात्री वाटते आहे.

नंदा. वय २६ वर्षं. तिचं लग्न होऊन चार वर्षं झाली. तिला एक छोटी दोन वर्षांची मुलगी आहे. नवरा इंजिनिअर आहे. सर्व काही छान! दृष्ट लागण्यासारखा संसार आहे अगदी. पण नंदाचा स्वभाव थोडासा भावनावश आहे. कॉलेजमध्ये असताना तिचं एका तरुणावर प्रेम होतं. अल्लड वयात अशा चुका घडतातच. अर्थात, तिनं लक्ष्मणरेषा ओलांडलेली नव्हती. मनावरील संस्कारच तसे होते. नंतर काही कारणांमुळे हे लग्न होऊ शकलं नाही. नंदाचं लग्नही झालं; पण तिला उगीच अपराधी वाटत राहिलं. आपण आपल्या पतीला फसवलं तर नाही ना, असं उगीच वाटत राहिलं. ती सांगत होती, 'डॉक्टर, मी माझ्या पतीशी एकनिष्ठ आहे. तेही माझ्यावर खूश आहेत. बरं, आमचं ते प्रेम ओळख स्वरूपाचंच होतं. थोडी अभ्यासात मदत इत्यादी- तसा काही अपराध नव्हे हा. त्याबद्दल मी विचार करू नये हे मला कळतं; पण वळत नाही. तेच तेच विचार मनात घोळत राहतात. थांबवताच येत नाही, त्यामुळे खूप उदास वाटतं.' नंदाला 'व्हाइट चेस्टनट' व अपराधीपणाच्या भावनेसाठी 'पाइन' हे औषध द्यावं लागलं. 'डॉक्टर, माझ्या पत्नीला 'प्रेयसी' ही बनवण्याचं काम केलंत हं तुम्ही.' तिचे पती सांगत होते. अर्थात, नंदाच्या मनातील येऊन गेलेल्या या छोट्याशा वादळाची त्यांना कल्पना नव्हती आणि ती न देणंच योग्य होतं, नाही का?

२६ वर्षांची सुषमा बँकेत नोकरी करते. वडील अकाली वारले. सुषमा मोठी

बहीण. तिच्यानंतर दोन बहिणी व एक भाऊ. वडील वारल्यानंतर तिनं नोकरी करून घर चालवलं. चार वर्षं. आता दोन नंबरची बहीणही ग्रॅज्युएट झाली आहे. सुषमाचा स्वभाव लहानपणापासूनच काळजीखोर. तिनं आपली जबाबदारी व्यवस्थित पार पाडली आणि आता ती ऑफिसमधीलच एका सहकाऱ्याशी विवाहबद्ध होऊ इच्छिते; पण हे लग्न करावं की नाही याबद्दल तिचा निर्णय होत नाही. मनात तेच विचार, भावंडांची, आईची काळजी, आपण आपली जबाबदारी अपूर्णच टाकणार ही भावना. तिला अर्धशिशीचा त्रास होऊ लागला. मी तिला व्हाइट चेस्टनट, इल्म व द्विधा मनःस्थितीसाठी 'स्क्लेरॅन्थस' हे औषध दिलं. त्याचबरोबर तिला हेही समजावलं, की आता दोन नंबरची बहीण तिची जबाबदारी घेऊ शकेल. त्यानंतर छोटी बहीण ग्रॅज्युएट झाली की नंतर तीही स्वतःचा संसार मांडू शकेल. तुझं लग्न करण्याचं वय आहे व न केल्यामुळे कदाचित तू स्वतःवरच जरूर नसताना अन्याय करशील... तिला हे सर्व पटलं अन् डोकेदुखी पळाली.

स्वप्ना. वय २१ वर्षं. नावाप्रमाणे स्वप्नाळू. अत्यंत भावनावश. तिच्या अंगावर काही पांढरे डाग दिसू लागले. 'व्हिटिलिगो' म्हणजे श्वेतकुष्ठ असं निदान झालं. खरं म्हणजे पांढरे डाग अगदी छोटे होते व देत असलेल्या उपचारांनी कमी होणार होते; पण तिची आई सांगत होती, 'डॉक्टर, हिला आता तुम्हीच सांगा समजावून! ही सारखी रडत राहते. रात्रीही झोप लागत नाही तिला. किती काळजी करायची एखाद्या गोष्टीची. नशिबात आलं. थोडे दिवस भोगलं पाहिजे ना!'

स्वप्नाला तिच्या सफेद डागांवरील काळे ठिपके दाखवले अन् थोडंसं समजावलंही; पण फक्त समजावून उपयोग होणार नव्हता, कारण काळजी करणं हा तिचा स्वभाव होता. त्यासाठी तिला व्हिटिलिगोच्या उपचारांबरोबरच 'व्हाइट चेस्टनट' दिलं अन् आश्चर्य म्हणजे स्वप्ना स्वतःला मनातून सावरू शकलीच; पण पांढऱ्या डागांतही पूर्वीपेक्षा झपाट्यानं सुधारणा झाली.

■■■

काय करावे काही सुचेना!

३६. वाइल्ड ओट (Wild Oat)

मनात विचारांचं वादळ, निर्णय घेता येत नाही. वैफल्य.

आज आपण 'वाइल्ड ओट' (Wild Oat) या औषधाची माहिती घेणार आहोत. हे औषध महत्त्वाचं अशासाठी की **'काय करावं काही सुचेना' अशी डॉक्टरांची मन:स्थिती करणारा रुग्ण आला की हे औषध रुग्णाला द्यावं लागतं.** काही वेळा रुग्ण अनेक प्रकारची लक्षणं सांगत राहतात व त्यामुळे अनेक औषधे दर्शवली जातात. स्वतःच्या स्वभावाचा नेमका कोणता भाग त्रासदायक वाटतो, हेच त्यांना सांगता येत नाही. त्यामुळे या पेशंटला कोणतं औषध द्यावं असा गोंधळ डॉक्टरांच्या मनात होऊ शकतो. 'वाइल्ड ओट' दिल्यानंतर रुग्णाच्या मनःस्थितीला स्थिरता येऊन तो आपल्या स्वभावाचे कंगोरे सुजाणपणे सांगू शकतो व खरोखर जरुरी असलेली औषधं त्याला देता येणं सोपं जातं.

चाणाक्ष वाचकांच्या लक्षात आलंच असेल, की मनात खूप कल्पना असणाऱ्या विचारांचं वादळ मनात घेऊन वावरणाऱ्या, परंतु 'नेमकं काय करावं काही सुचेना अशी मनःस्थिती' असणाऱ्या व्यक्तींचं हे औषध आहे. ही माणसं हुशार असतात, महत्त्वाकांक्षी असतात. सर्वसाधारणपणे काय करावं ही कल्पना त्यांना असणं; पण

नेमकं कोणत्या रस्त्यानं जावं ते समजत नसतं. आयुष्याचं नेमकं ध्येयच ठरत नाही. अनेक गोष्टी ते करत राहतात; पण त्यांना समाधान मिळत नाही, कारण 'एक ना धड भाराभर चिंध्या' हा प्रकार घडून येतो.

प्रगतीची वाटचाल होत नाही, त्यामुळे त्यांना वैफल्य येतं. औदासीन्य येतं. आपलं आयुष्य आपण फुकट घालवतो आहोत, या भावनेमुळे ते निराश होतात. अनेक गोष्टी करत असूनसुद्धा त्यांना त्यांपैकी कोणत्याच भावनेमुळे सुखसमाधान मिळत नाही. 'जॉब सॅटिसफॅक्शन' मिळत नाही.

काही गुण माणसात अंगभूत असतात. काही गुणवैशिष्ट्यं सवलती परिस्थितीमुळे मिळतात. जे काम त्यानं/तिनं करायचं त्याची 'मजा' वाटली पाहिजे. ते 'काम' वाटता कामा नये. सहजसुंदर झालं पाहिजे, यांमुळे त्यात प्रगतीही होते. ज्याला इंजिनिअरिंगची आवड आहे तो मुलगा डॉक्टर झाला किंवा वडिलांचा व्यवसाय सांभाळण्यासाठी म्हणून वकील झाला तर तो आपल्या बुद्धिमत्तेचा योग्य वापर करू शकणार नाही. करायला हवं म्हणून काम केलं तरी ते 'काम' म्हणजे ओझं वाहून नेल्यासारखं केलं जाईल. कदाचित यश मिळालं तरी त्यातून आंतरिक समाधान मिळणार नाही. म्हणूनच व्यवसायाची निवड करताना कर्तव्य, आवड, संधी यांमुळे मनात गोंधळ उडाला असेल व व्यवसाय कोणता निवडावा हे समजत नसेल, तर 'वाइल्ड ओट' घ्यावं, यांमुळे मनाला स्थिरता येईल व पाणी स्थिर झाल्यावर जसा खालचा तळ स्पष्ट दिसतो तशी तशी मनातील चलबिचल कमी होऊन अंतरीच्या डोहात डोकावून पाहता येईल व मनाच्या तळातील इच्छाआकांक्षा समजतील व त्या पार पाडल्यानं जीवनातील प्रत्येक कृतीचं समाधान मिळेल.

घोडा घोड्याचं काम करतो. कुत्रा त्याचं ठरावीक काम करतो. निसर्गशक्तीनं नेमून दिलेली कामं करत राहिल्यामुळे त्यात कुठं गोंधळ, गडबड, असमाधान नसतं; पण माणूस मात्र अनेक कामं करण्याची शक्ती, भावना, बुद्धिमत्ता यांच्या भूलभुलैयात सापडल्यामुळे अनेक वेळा वैफल्यग्रस्त होतो. म्हणूनच आपल्या बुद्धिमत्तेच्या कोणत्या अंगाला परमेश्वरी शक्तीनं पैलू पाडून दिले आहेत हे शोधलं की, त्या बाबतीत कर्तृत्वाचा प्रकाश, समाधानाचं सौंदर्य नक्कीच दिसून येईल. हे शोधूनही सापडत नसेल, तर 'वाइल्ड ओट' मदत करेल.

या औषधाची जरुरी नसणाऱ्या व्यक्ती कशा असतात पाहा. त्यांनी आयुष्याचं ध्येय नक्की केलेलं असतं. महत्त्वाकांक्षा स्थिर असतात. आपली आवड, कर्तव्य, भावना यांची योग्य सांगड घालून अंगभूत गुणांचा पुरेपूर फायदा घेऊन ते आयुष्यात प्रगतीची

वाटचाल करत असतात. या मार्गातील अडथळे सहज दूर करतात. यश, सुख, परोपकार, उपयुक्तता, समाधान यांनी त्यांचं आयुष्य पुरेपूर भरलेलं असतं. 'वाइल्ड ओट'ची जरुरी आहे अशा मनःस्थितीच्या रुग्णांच्या काही हकिकती पाहू या.

सुहासिनी. वय ३५ वर्षं. तीन-चार वर्षांपूर्वी पतिनिधनाचा आघात सहन करावा लागला होता. एक छोटी मुलगी, तिचं संगोपन करण्याची जबाबदारी, माहेरही गरीब, त्यामुळे अर्थार्जनासाठी नोकरीही करावी लागत होती. अर्थात, त्यामध्ये तिला अजिबात रस नव्हता. तिला लहानपणापासून दम्याचा त्रास अधूनमधून होतच होता. तो हल्ली फारच वाढला होता. आणखी एक महत्त्वाचा निर्णय घ्यायचा होता, तो पुनर्विवाहाचा. हे प्रपोजल एका प्राध्यापकाकडून आलं होतं. त्याचाही हा पुनर्विवाहच होता. पत्नी पहिल्या बाळंतपणात निवर्तली होती. सुहासिनीला काय करावं समजत नव्हतं. संसाराची तिला मनापासून आवड होती. त्यातच तिला सुख होतं. त्यामुळेच सध्याच्या प्राप्त परिस्थितीला विफलता आली होती. पण आपल्याला सुख कशामुळे मिळेल हे ती ठरवू शकत नव्हती. यापूर्वी वर्णन केलेल्या 'स्क्लेरॅन्थस' या औषधापेक्षा ही मनःस्थिती वेगळी होती. **दोन गोष्टींतील कोणती ठरवावी अशी द्विधा मनःस्थिती नव्हे तर आयुष्याचा मार्गच ठरवणं अवघड वाटत होतं.** शेवटी तिनं भावालाच हा निर्णय घ्यावा असं सांगितलं; पण त्यामुळेही तिचं समाधान होईना. ती हॉस्पिटलमध्ये ॲडमिट झाली ती दम्याची तक्रार वाढल्यामुळे. तिची मनःस्थिती लक्षात घेता दम्यासाठी दिलेलं 'वाइल्ड ओट' व निर्णय दुसऱ्यावर टाकण्याचा दुबळेपणा लक्षात घेता, 'सेंच्युरी' हे औषध दिलं. याचबरोबर 'व्हाइट चेस्टनट'ही काळजीखोर स्वभावासाठी द्यावं लागलं. शेवटी पतिनिधनाचा धक्का लक्षात घेऊन 'स्टार ऑफ बेथलहेम' दिलं. 'वाइल्ड ओट' काही दिवस चालू ठेवावं लागलं. सध्या सुहासिनी सुखाचा संसार करत आहे.

■■■

अर्थशून्य भासे मज हा कलह जीवनाचा...

३७. वाइल्ड रोझ (Wild Rose)

विरक्ती, उदासीनता, काहीच करू नये, काहीही केले, तरी उपयोग नाही असं वाटून प्रयत्नांचा अभाव.

'अर्थशून्य भासे मज हा कलह जीवनाचा'... अशी काहीशी वृत्ती (Wild Rose) 'वाइल्ड रोझ' टाईपच्या व्यक्तीची असते. त्यांना एक प्रकारची विरक्ती आलेली असते. ही विरक्ती सर्वच बाबतीत असते. रोजच्या धंदाव्यवसायाच्या बाबतीत, इतर वैयक्तिक कामाच्या बाबतीत इतकंच नव्हे; तर आजारी असतानाही ते तक्रार करणार नाहीत. वेदना मुकाट्यानं सहन करतील; पण त्याचबरोबर बरे होण्यासाठीही काही खास प्रयत्न करणार नाहीत. त्यांचं आयुष्य एकसुरी झालेलं असतं. त्यांचं काम, धंदाव्यवसायही ते कर्तव्य म्हणून ते करायलाच हवं म्हणून करत असतात; पण त्यातील मजा अनुभवत नाहीत किंवा जीवनाचा एकसुरीपणा कंटाळा आणत असेल, तर काम बदलण्याचा, किंवा तो एकसुरीपणा, तोचतोचपणा बदलण्यासाठीही काही खास प्रयत्न करत नाहीत. जीवनातील छोटी छोटी सुखंही माणसाला आनंदी ठेवण्यासाठी पुरेशी असतात. ती जीवनाला चव आणतात; पण या सर्व गोष्टींमुळे आनंद मिळण्यासाठी मन संवेदनक्षम हवं. नाही का? अशा व्यक्तींच्या संवेदना थोड्याशा बोथट बनलेल्या असतात. सुख आणि दुःख सारखंच वाटतं. अशी विरक्ती, स्थितप्रज्ञता काहीअंशी चांगली,

सर्वसंगपरित्याग करणाऱ्या त्या संतांना ती आलेली असते आणि त्यांच्या बाबतीत ती आवश्यकही असते; पण सर्वसामान्य लोकांना, संसारात पडलेल्या लोकांसाठी ही वृत्ती अयोग्य वाटते. माणसानं हसत राहावं, जीवनातील छोट्या गोष्टींचा आनंद घ्यावा, दुःखानं रडावंदेखील. हे सर्व स्वाभाविक आहे, जगण्यासाठी आवश्यक आहे; पण 'वाइल्ड रोझ' टाईपच्या व्यक्ती दुःखानं रडणार नाहीत की कधी आनंदानं खळखळून हसणारही नाहीत.

काही ठरावीक प्रकारची आपली मतं ते व्यक्त करत राहतील. उदा., 'माझ्यामध्ये कधी बदल होणार नाही. मी आहे हा असा आहे.' 'आमच्या घराण्यातच हा आजार आहे. काय करणार, आनुवंशिकतेनं आला आहे. मला या आजाराबरोबरच जगलं पाहिजे. डॉक्टर काय करू शकणार?' एखादा प्रेमिकही आपल्या प्रेयसीला सांगेल, 'हे पाहा, मी हा असा आहे. माझे वडील आणि भाऊ धूम्रपान करतात, ड्रिंक्स घेतात. मीही घेणारच. त्याला माझा इलाज नाही. मी जसा आहे तसा तुला माझा स्वीकार करायला हवा.'

एखादी सवय सोडण्याचा ते यत्किंचितही प्रयत्न करणार नाहीत. 'वाइल्ड रोझ' टाईपच्या व्यक्ती, जीवनाला, परिस्थितीला शरण जातात. त्यांच्या लक्षात येत नाही, की ही परिस्थिती बदलता येण्यासारखी आहे, कारण ती त्यांनीच निर्माण केलेली आहे. एखादं दुःखही ते 'नशिबाला आलं, सहन करायला हवं' म्हणून अशा प्रकारे गोंजारत राहतात की जणू असं वाटतं, की त्यांनी नुसतं झगडण्याचं सोडून दिलं आहे, एवढंच नव्हे तर जणू आपलं आहे ते दुःख कवटाळत राहण्यातच सुख मानत आहेत. ठेविले अनंते तैसेचि राहावे'... या वृत्तीचा अतिरेक हा अशा व्यक्तीचा स्थायीभाव.

तो आजारी, उदासीन असेल आणि एखाद्या मित्रानं विचारलं, 'अरे, तू डॉक्टरांकडे का जात नाहीस?' तो सांगेल, 'छे रे! मला आता या आजाराची सवय झाली आहे. मला त्रास होत असला तरी आणि नसला, तरी फारसा फरक पडत नाही.'

तो जर कारकुनी करत असेल व वरच्या जागांसाठी त्याला काही परीक्षा वगैरे द्यायची असेल, तर तो देणार नाही. तो सांगेल काय फरक पडतो कारकून आणि साहेबांमध्ये? दोन वेळा जेवणार. सहा तास झोपणार!

आपलं व्यक्तिमत्त्व सुधारण्याचाही ते कधी प्रयत्न करणार नाहीत. शर्टला इस्त्री नसेल, तर काय बिघडलं? एखादा जेवणातील पदार्थही ते आवडीनं खाणार नाहीत, त्याची चव घेत जेवणार नाहीत. जेवण चवदार असो व नसो, त्यांना काहीच फरक पडत नाही. जगण्यासाठी काहीतरी खायला हवं म्हणून ते काहीतरी पोटात ढकलतात.

त्यांच्या चेहऱ्यावरचे भाव कधी फारसे बदलणार नाहीत, मग ते बारसं असो वा बारावं असो. ज्या चेहऱ्यानं ते शोकसभेस जातील, तोच चेहरा एखाद्या लग्नाच्या रिसेप्शनला जातानाही असेल. एक शिष्टाचार म्हणून हे लोक या सर्व गोष्टी पार पाडत असतात. लग्नाला गेले, तर जातील व वधूवरांच्या हातात प्रेझेंट ठेवतील, परत येतील. खळखळून हसणार नाहीत की गप्पागोष्टी करत त्या प्रसंगाचा हसतखिदळत आस्वाद घेणार नाहीत. मुलगा १२वी पास असता 'त्याला एखाद्या चांगल्या कोर्ससाठी पाठवू या किंवा मुलीनं डिग्री घेतली. आता तिच्यासाठी चांगला नवरा शोधू या' असे विचारही त्यांच्या मनात येणार नाहीत. नशिबात असेल ते होईल म्हणून ते गप्प बसतील. माणसाला आवडी-निवडी जरूर असाव्यात. सुखानं त्यानं आनंदी व्हावं, दुःखानं रडावं, यातच जीवनाची सांगता आहे. दुःखानं रडायला आलंच, तर ते दुःख दूर करण्यासाठी कधीच प्रयत्न करणार नाहीत. हे लोक सुखाची चवही ओळखणार नाहीत. सुखानं किंवा यशानं 'चढून जाणं' आणि दुःखानं अपयशानं एकदम कोसळून जाणं हे चूक; पण निदान त्याचा स्पर्श, संवेदना मनाला होणं आवश्यक आहे. जीवनातील अनेक छोट्या-मोठ्या गोष्टींचा आस्वाद घेत जीवन जगणं यातच सुख आहे. जीवन जगणं हीसुद्धा एक कलाच आहे, नाही का? उगीच जन्माला घातलं आहे, कसातरी 'टाईम पास' करायचा, ही वृत्ती चूक.

या औषधांची गरज नसलेल्या व्यक्ती कशा असतात पाहा. त्यांना अनेक छोट्यामोठ्या गोष्टींत इंटरेस्ट असतो. आवड असते. लहानसहान घटना मग त्या स्वतःच्या आयुष्यातील असोत वा दुसऱ्याच्या, त्यांना त्यामध्ये औचित्य असते. त्यांची उच्च अभिरुची, कलात्मकता, उत्साह, यांमुळे त्यांचं आयुष्य सुंदर बनतं. आरोग्य, सुख त्यांच्यामागे धावत येतं. स्वतःचं नव्हे तर इतरांचंही आयुष्य ते सुखी करतात. त्यामध्ये आनंदी असतात. आयुष्याची मजा परिपूर्णपणे चाखतात.

'वाइल्ड रोझ' टाईपच्या काही रुग्णांच्या हकिकती आता पाहणार आहोत. मानसिक दुर्बलता, मनःस्थितीचा शरीरावर परिणाम होऊन उत्तेजन मिळणारे (Psychosomatic diseases) सायकोमॅटिक आजार- उदा., सोरायसिस (Psoriasis) पेप्टिक अल्सर इत्यादी. तसेच औदासीन्य, नैराश्य, विरक्ती इत्यादी मानसिक तक्रारींवर या औषधाचा उपयोग होऊ शकतो. अर्थात, 'वाइल्ड रोझ' टाईपची मनःस्थिती असेल तरच.

कुमार. वय २४ वर्षं. वयाच्या १४व्या वर्षांपासून कुमारला चेहऱ्यावर मुरमं, पुटकुळ्या येण्याचा (Acne) त्रास होत होता. हा त्रास हळूहळू खूपच वाढला. चेहऱ्यावर डाग पडले. त्वचेचा गुळगुळीतपणा जाऊन त्वचा खडबडीत झाली. खूप

औषधं घेतली; पण फारसा उपयोग झाला नाही. त्याच्या सुंदर चेहऱ्याचा त्याला अभिमान होता. लहानपणापासून आपल्या देखणेपणाचं त्यानं कौतुकच ऐकलं होतं. आता मात्र त्याला आरशात पाहणं नकोसं वाटू लागलं. आता यावर काही उपायच नाही असं त्याला वाटू लागलं व त्यानं सर्व प्रकारचे उपचारही बंद केले. निराश होऊन गेला होता तो. जणू आता असा चेहरा घेऊनच जगणं क्रमप्राप्त आहे, हे निराशेचे कढ पचून त्यानं मान्य केलं होतं. कुमारला 'वाइल्ड रोझ', 'क्रॅब ॲपल' व नैराश्यासाठी 'गॉर्स' ही औषधं दिली. काही दिवसांनी त्याचा गेलेला मूड परत आला. यानंतर फक्त 'वाइल्ड रोझ' व 'क्रॅब ॲपल' चालू ठेवली. चेहऱ्याच्या निगेसाठी इतरही काही उपाय सांगितले. मुरमं, पुटकुळ्या नवीन उठायचं तरी बंद झालं. आता हळूहळू त्वचाही सुधारते आहे.

वाचकहो, इथं लक्षात घेतलं पाहिजे, की चेहऱ्याचं सौंदर्य कुमारला अत्यंत महत्त्वाचं वाटत होतं, म्हणून तो निराश झाला होता व त्याची मनःस्थिती तशी बनली. काही जणांना हा आजार महत्त्वाचा वाटणार नाही; पण त्या माणसाची, रुग्णाची मनःस्थिती महत्त्वाची नाही का? औषध तर त्यानुसार दिलं जातं व तसं दिलं तरच त्याचा उपयोग होतो.

एका सेवानिवृत्ताचा अनुभव

गजाननराव. वय ६० वर्षं. नुकतेच नोकरीतून निवृत्त झाले होते; पण गजाननरावांना खूप उदास वाटू लागलं. त्यांचा सांधेदुखीचा त्रासही वाढला. आपण आता कुचकामी, आपली घरात कुणालाही जरुरी नाही इत्यादी विचार त्यांच्या मनात येऊ लागले. त्यांना कशातच इंटरेस्ट वाटेना. खाणं-पिणंही नकोसं वाटू लागलं. त्यांनी क्लबमध्ये जायचंही बंद केलं. अर्थातच, पत्नीला त्यांची काळजी वाटू लागली. सांधेदुखीमुळे घरात झोपून राहतात म्हणावं, तर त्यासाठीही ते औषध घ्यायला तयार नव्हते. 'म्हातारपणी हे असंच चालायचं' इत्यादी कारणं सांगून ते औषधंही घेत नव्हते. मनोरमाबाई म्हणाल्या, ''डॉक्टर, मी नेहमी तुमचं लेखन वाचते. यांची ही मनःस्थिती बदलायला हवी, तरच ते सुधारतील असं मला वाटतं. त्यांना 'गॉर्स' हे औषध द्यावं का?''

गजाननरावांची मनःस्थिती तशा प्रकारची नाही. सेवानिवृत्तीनंतर आलेलं हे औदासीन्य व विरक्त भावना आहे. त्यासाठी त्यांना 'वाइल्ड रोझ' हे औषध द्यावं लागेल आणि दुसरी महत्त्वाची गोष्ट म्हणजे, सध्या करता येण्यासारख्या एखाद्या व्यवसायात त्यांनी मन गुंतवलं पाहिजे.

गजाननरावांनी हा सल्ला मानला. व्हिडिओ सेंटर सुरू केलं. त्यांचं औदासीन्य तर कमी झालंच; पण सांधेदुखीही खूप कमी झाली.

सुजित बारावीचा विद्यार्थी. टायफॉइडनं आजारी पडला. त्यामुळे बरेच दिवस फुकट गेले. आता आपण कितीही अभ्यास केला, तरी मेडिकलला किंवा इंजिनिअरिंग कोर्सला अॅडमिशन मिळणं अशक्य असं त्याला वाटू लागलं. तसा तो हुशार विद्यार्थी; पण त्याचा आत्मविश्वासच कमी झाला. अशक्तपणाही होताच; पण तरीही आता अभ्यास करणं शक्य होतं तेही तो करेना. आता अभ्यास करून काही उपयोग नाही. असं म्हणून तो दिवस दिवस झोपूनच राहू लागला. सुजितला 'वाइल्ड रोझ' व त्याचबरोबर आत्मविश्वासासाठी 'लार्च' आणि अशक्तपणासाठी 'ऑलिव्ह'ची जरुरी होती, नाही का?

■■■

एक धागा सुखाचा शंभर धागे दुःखाचे!

३८. विलो (Willow)

निराशावादी, कडवट मनोवृत्ती,
इतरांना दोष देणं, इतरांविषयी चीड.

आपण बॅच फ्लॉवर रेमेडीजमधील अनुक्रमानं शेवटचं औषध 'विलो' (Willow) याची माहिती आज घेणार आहोत. परमेश्वरानं म्हणे, एकदा दोन माणसांना बोलावून त्यांना एक एक पेला दिला होता. त्यांपैकी एक माणूस पेला अर्धा तरी भरलेला आहे, हे पाहून खूश झाला. दुसरा मात्र दुःखित झाला अन् म्हणाला, 'हाय रे देवा, फक्त अर्धाच पेला नशिबी आला ना?'

या दुसऱ्या माणसासारखी मनःस्थिती असलेल्या व्यक्तींना 'विलो' या औषधांची गरज असते. फुलझाडांजवळ गेले, तर हसऱ्या फुलांऐवजी काटेच त्यांच्या नजरेत भरतात. त्यांच्या वागण्याबोलण्यातही एक प्रकारचा कडवटपणा भरून राहिलेला असतो. जीवनातील एखादी वाईट घटना, वाईट अनुभव याबद्दल ते स्वतः सोडून इतर सर्वांना दोष देतील. अशा लोकांच्या तोंडून बाहेर पडणारी काही ठरावीक वाक्यं पाहा – 'इतरांच्या बाबतीत न घडता माझ्याच वाट्याला हे दुर्दैव का यावं?' दैव माझ्याच पाठीमागे कसं हात धुवून लागलं आहे? इतरांच्या चुकांमुळेच मला नेहमी वाटत राहतं की बाकी सर्व जण कशी सुखासमाधानात आहेत आणि अपयश, दुःख

काय ते आपल्याच वाट्याला आलं आहे' आणि हे सर्व वाईट घडतंय तेही त्यांच्या स्वतःच्या चुकांमुळे नव्हे तर इतरांच्या चुकांमुळे! आपलं काही चुकतं आहे, असं त्यांना अजिबात वाटत नाही. आपल्याला अयोग्य, अन्याय्य वागणूक दिली जात आहे, असंच त्यांना वाटत असतं. याबद्दलच ते सतत बोलत राहतात की आपलं नशीब कसं फुटकं आहे, आपल्याशी सर्व जण कशी वाईट वागतात. ते उदासवाण्या सुतकी चेहऱ्यानं वावरतात. त्यांच्या मते, परमेश्वरसुद्धा त्यांची प्रार्थना कधी ऐकत नाही. त्यांच्या प्रयत्नांना यश देत नाही. नेहमी दुर्दैवाचं मापच पदरात घालतो.

तथापि, इतरांकडून मदत घेणं हा ते आपला हक्क समजतात. उपकाराची परतफेड करण्याची त्यांना आवश्यकताच वाटत नाही. फारशी कृतज्ञता त्यांच्या मनात नसते. उलट 'केलं तर काय झालं?' ही भूमिका. केलेल्या कोणत्याही गोष्टीनं मग ती किती का चांगली असेना– ते समाधानी दिसणार नाहीत. अशी माणसं आजारी पडल्यानंतर तर काही विचारू नका. बरं होण्यासाठी ते स्वतःहून कोणताच प्रयत्न करणार नाहीत आणि लवकर बरं वाटलं नाही; तर सेवाशुश्रूषा योग्य करत नाहीत म्हणून घरातील माणसांना आणि ट्रिटमेंटच चांगली देत नाही म्हणून डॉक्टरांना दोष देतील. तरीही प्रकृतीत सुधारणा झालीच आणि तसं कोणी म्हटलंच तर सांगतील, 'छे! छे! बाहेरून मी बरा दिसत असलो तरी मला बरं वाटत नाही!'

काही माणसं स्वभावतःच अशी असतात; पण जवळ जवळ आपण सर्व कधी ना कधी, काही वेळा अशा मनःस्थितीतून जातो. अशा वेळी आपला आपल्यावरील ताबा नाहीसा होतो. विचारशक्तीही संपुष्टात येते. आपल्याला राग येतो. निराश, उदास वाटतं. आपल्या श्रमांचं, प्रयत्नांचं चीज होत नाही असं वाटतं. आपण जे इतरांसाठी केलं त्याबद्दल कुणाला कृतज्ञता नाही असंही वाटतं. होणारी प्रत्येक गोष्ट आपल्या विरुद्धच होत आहे असंही वाटतं आणि आपण त्याबद्दल इतरांना दोष देऊ लागतो.

अशी मनःस्थिती होत असेल, तर 'विलो' घेतलेलं बरं नाही का? 'विलो'मुळे मन शांत होईल. तुमची विनोदबुद्धी जागी होईल. जीवनाकडे पाहण्याचा दृष्टिकोन बदलेल.

ग. दि. माडगूळकर लिहितात–

'एक धागा सुखाचा,
शंभर धागे दुःखाचे (आणि तरीही)
जरतारी हे वस्त्र मानवा
तुझिया आयुष्याचे!!'

जीवनाचं तत्त्वज्ञान माहीत असतं, तरीही कळतं; पण वळत नाही असं काहीसं होऊन आपण रागावतो, चिडतो, उद्विग्न बनतो. जणू वैतागाचा चश्मा लावून प्रत्येक गोष्ट पाहतो. हा चश्मा काढून टाकण्याचं काम 'विलो' करतं.

'विलो' या औषधाची गरज नसणाऱ्या व्यक्ती कशा असतात? कर्तृत्ववान असतात. इतरांशी चांगले संबंध प्रस्थापित करू शकतात. परिस्थितीच्या सत्य स्वरूपाची जाणीव त्यांना असते. प्रत्येक दिवस, प्रत्येक माणूस, प्रत्येक गोष्ट, काही प्रमाणात चांगली, काही प्रमाणात वाईट असणारच. हे समजून असतात. म्हणूनच वाईट परिस्थिती ओळखून, तो जीवनाचा एक भागच मानून त्यावर हसतहसत मात करतात. जीवनाच्या बागेचं मूल्य करताना ते त्यातील फुलांच्या संख्येवरून करतात. त्यांना माहीत असतं, की परिस्थितीकडे पाहण्याचा तुमचा दृष्टिकोन अधिक महत्त्वाचा असतो.

मनोहरराव. वय ५५ वर्षं. व्यवसायानं शिक्षक. त्यांना सोरायसिसचा (Psoriasis) त्रास होता. त्यांना औषधोपचार सुरू केल्यानंतर काही दिवसांनी बरं वाटलं; पण औषध बंद केल्यामुळे पुन्हा त्रास होऊ लागला. मनोहररावांनी आल्या आल्याच विचारलं, 'काय डॉक्टर, हे काय बरं होणार आहे की नाही? तुमच्याच बॅच फ्लॉवर रेमेडीजचं एवढं कौतुक तुम्ही लिहिता; पण मला काहीच उपयोग झाला नाही. महिनाभर औषध घेत होतो. तात्पुरतं बरं वाटल्यासारखं झालं; पण पुन्हा त्रास सुरू झाला. काय उपयोग?' खरं म्हणजे, हा आजारच 'परत परत होणारा' असा आहे व एक महिन्याच्या औषधानंतर तो बरा होईल अशी अपेक्षा करणंच चूक; पण मनोहररावांनी दोष स्वतःकडे न घेता, त्या औषधालाच दिला. त्यांना शेवटी त्यासाठी असलेली खास प्रश्नावली लिहून आणण्यास सांगितली व त्यांच्या पत्नीचीही या संदर्भात मुलाखत घेतली. तिनंही सांगितलं, 'डॉक्टर, यांचा स्वभावच असा. मुलांवरही फार डाफरतात. माझ्या कष्टाची तुम्हाला किंमत नाही म्हणतात. 'खाऊनपिऊन सुखी आहोत आम्ही; पण 'मी मुख्याध्यापक झालो नाही. माझ्या ज्ञानाचं चीज झालं नाही' म्हणतात. अशा स्वभावामुळेच मनःस्थिती नेहमी खराब असते त्यांची. मुलांनाही म्हणतात, 'मागच्या जन्मीचं देणं वसूल करायला जन्माला आला आहात.' मनोहररावांना त्यांचे स्वाभाविक औषध 'विलो' आणि 'क्रॅब ॲपल' दिलं. आता त्यांचा आजार बराचसा कमी झाला आहे. त्यांची मनःस्थितीही बदलली, ताणतणावांचा, रोगट मनःस्थितीचा शरीरावर परिणाम होऊन होणाऱ्या आजारांपैकी सोरायसिस हा एक महत्त्वाचा आजार आहे, म्हणूनच शरीराइतकीच मनाची काळजी घ्या. निगा राखा. मन निरोगी ठेवा. तुमच्या अनेक तक्रारी कमी होतील.

■■■

इमर्जन्सी ड्रॉप्स!

३९. रेस्क्यू रेमेडी (Rescue Remedy)

जीवनसंजीवनी, अपघात, मानसिक/शारीरिक धक्का अशा वेळी प्रथमोपचार म्हणून उपयुक्त.

'रेस्क्यू रेमेडी' (Rescue Remedy) या मिश्र औषधाची माहिती आपण घेऊ. हे औषध 'फर्स्ट एड ड्रॉप्स' (First Aid Drops) किंवा 'इमर्जन्सी ड्रॉप्स' (Emergency Drops) म्हणून ओळखले जाते, कारण खरोखरच ते जीवनदायी औषध आहे. अर्थात, याचा अर्थ असा नव्हे, की 'रेस्क्यू रेमेडी' दिली की झालं, इतर काही करण्याची जरुरी नाही. फक्त इमर्जन्सीमध्ये इतर प्रकारची वैद्यकीय मदत मिळेपर्यंत शरीर व मनाची स्थिती बिघडून आणखीनच बिकट होऊ नये. एवढं कार्य 'रेस्क्यू रेमेडी' करू शकेल. रेस्क्यू रेमेडी शरीराच्या व मनाच्या शक्तीचा ऱ्हास होणं थांबवते. प्रतिकारशक्ती वाढवते. जीवनमरणाच्या सीमेवर असलेल्या माणसाचा पाय जीवनाकडे खेचते. जीवनाच्या सीमेबाहेर मृत्यूच्या क्षेत्रात जाऊ देत नाही.

म्हणूनच, घरात किंवा तुमच्या वाहनाच्या- फर्स्ट एड बॉक्समध्ये रेस्क्यू रेमेडी जरूर असू द्या. एखद्याचे प्राण वाचवणारी ती 'जीवनसंजीवनी' निश्चित ठरेल.

आता या मिश्र औषधांचे घटक कोणते, ते पाहू या.

५ घटक औषधं

१. **स्टार ऑफ बेथलहेम** (Star of Bethlehem)
शारीरिक व मानसिक धक्का यासाठी क्रमांक २९

२. **रॉक रोझ** (Rock Rose)
आत्यंतिक भीती- मृत्युभय यासाठी क्रमांक २६

३. **इम्पेशन्स** (Impatiens)
आत्यंतिक मानसिक ताण क्रमांक १८

४. **चेरी प्लम** (Cherry Plum)
स्वतःवरील ताबा जाईल अशी भीती व
स्वतःवरील ताबा जाणे यासाठी क्रमांक ६

५. **क्लिमॅटिस** (Clematis)
बेशुद्धावस्थेसाठी क्रमांक ९

रेस्क्यू रेमेडी तयार करण्याची पद्धत

वरीच पाच औषधांचे प्रत्येकी २-२ थेंब ३० मि.ली. किंवा १ औंस अल्कोहोलमध्ये घालून बाटली हलवावी.

वापरण्याची पद्धत

रेस्क्यू रेमेडीचे ३ थेंब १ कप पाण्यात घालावेत व रुग्णाला त्याचे घोट घेण्यास सांगावे किंवा १-१ चमचा पाजावे. जसजसा उपयोग होत जाईल, तसतसा दोन डोसमधील वेळ वाढवावा.

आणीबाणीच्या प्रसंगी पाण्यातून न देता, अल्कोहोलमधील औषध जिभेवर १-२ थेंब सोडण्यास हरकत नाही. या औषधाचे पाण्यातील द्रावण बाह्योपचारासाठी वापरता येते.

'रेस्क्यू रेमेडी' वापरता येईल असे दैनंदिन जीवनातील काही प्रसंग

- टी.व्ही.वर हाणामारी, आग, युद्ध असे प्रसंग पाहून छोटी मुलं घाबरून जातात अशा वेळी.
- कुटुंबावर मोठा आघात होणं उदा., प्रिय व्यक्तीचा मृत्यू, पूर, भूकंप, आग इ.मध्ये मनुष्यहानी, वित्तहानी इत्यादी वेळी.

- चोरी, दरोडा, धंद्यातील अचानक मोठे नुकसान यांमुळे माणसावर आघात होण्याचा संभव असतो. अशा वेळी हे औषध उपयुक्त आहे.
- काही वेळा केवळ भीतिदायक प्रसंगांची कल्पना करून माणसाला मानसिक धक्का बसतो, अशा वेळी हे औषध उपयोगी पडतं. उदा., ऑपरेशनपूर्वी अत्यंत महत्त्वाचा इंटरव्ह्यू इत्यादी
- आत्यंतिक व सतत मानसिक तणावाखाली राहावं लागणं. उदा., अपघातप्रसंगी, कोर्टात महत्त्वाचा खटला चालू असणं अशा वेळी हे औषध घेण्यास हरकत नाही.
- अपघातात सापडून खूप जखमा होणं.

उदा., भाजणं, पोळणं, कापणं, ऑपरेशननंतर. या बाबतीत 'रेस्क्यू रेमेडी' वरदान वाटतं. 'रेस्क्यू रेमेडी'मुळे तज्ज्ञ डॉक्टरांचे उपचार सुरू होईपर्यंत जीवनाची दोरी तुटू दिली जात नाही. म्हणूनच तुमच्या प्रथमोपचारांच्या पेटीत हे औषध नेहमी असू दे.

■■■

हितगूज

हे हितगूज आहे वाचकांच्या शंका समाधानासाठी.

आतापर्यंत एकंदर ३९ लेखांतून 'बॅच फ्लॉवर रेमेडीज'ची माहिती वाचकांना मिळाली. ही ३८ औषधांची उपचारपद्धती डॉ. एडवर्ड बॅच M.B.B.S., M.R.C.S., L.R.C.P., DPH (Camb) यांनी शोधून काढली. यांपैकी ३७ औषधं निरनिराळी झाडंझुडपं, वृक्ष यांच्या फुलांपासून तयार केली जातात व 'रॉक वॉटर' हे एक औषध पाषाणजलापासून तयार केलं जातं. 'रेस्क्यू रेमेडी' ही मिश्र औषधी आहे. या औषधांचं वैशिष्ट्य म्हणजे ती रुग्णांच्या मानसिक स्थितीच्या अनुषंगानंच दिली जातात. मग रुग्णाच्या तक्रारी मानसिक असोत वा शारीरिक, कारण माणसाचं शरीर रोगानुकूल होण्याआधी त्याचं मन प्रथम रोगाला बळी पडते, असे डॉ. बॅच मानतात. सध्याच्या स्पर्धेच्या जमान्यात अनेक जणांना चिंता, काळजीनं ग्रासलेले दिसते, यांमुळे मानसिक व्यथा-रोग तर निर्माण होतातच; पण मानसिक स्थितीचा शरीरावर परिणाम होऊन 'सायकोसोमॅटिक डिसीजेस' उद्भवतात. उदा., दमा, पेप्टिक अल्सर, अतिरक्तदाब, मधुमेह, सोरायसिस, हृदयरोग, संधिवात, अल्सरेटिव्ह कोलायटिस इत्यादी (अधिक माहितीसाठी परिशिष्ट क्रमांक ४ वाचा) रोगट मनःस्थिती, मानसिक रोग व तदनुषंगानं होणारे शारीरिक रोग यांवर विशेषतः या औषधींचा उपयोग होतो.

आपणा सर्वांच्या मनांशी सुसवाद साधणारा हा विषय मात्र अगदी जिव्हाळ्याचा आहे, नवीन आहे; पण अशा प्रकारच्या तक्रारीदेखील काहीअंशी बऱ्या होऊ शकतात हा दिलासा देणारा आहे. या औषधांचा अभ्यास करताना मीदेखील अगदी भारावून गेले होते. या औषधांची माहिती देताना वर्णन केलेली ही माणसं म्हणजे कुणी वेगळी

नव्हेत. तुमच्या आमच्यातीलच आहेत. एवढंच नव्हे तर आपण सर्व जण या ३८ औषधांत कुठंतरी 'फिट्ट' बसतो.

प्रत्येक माणसाचा वेगळा असा एक स्वभाव असतो. काहीअंशी चांगला आणि काहीअंशी वाईट. काही गुण, काही अवगुण असलेला, पूर्ण कुणीच नाही. कधी कधी गुणांचा अतिरेकही दोष नाही का? आता हा स्वभाव-जन्मजात वैशिष्ट्यं, भोवतालची परिस्थिती, कौटुंबिक वातावरण, भावंडांतील स्थान, यशापयश, शारीरिक देणग्या, वैगुण्यं याचा मनावर होणारा परिणाम, व्यवसाय, जबाबदाऱ्या यांचे होणारे परिणाम इत्यादी अनेक गोष्टींमुळे रोज घडत जात असतो.

कुणी हळवा, कुणी भित्रा, कुणी चिडखोर, मत्सरी, भांडखोर अशी अनेक स्वभाववैशिष्ट्यं आपण पाहतो, एकमेकांना सांगतोदेखील.

'ती ना फारच काळजी करत बसते.'

'त्याला आत्मविश्वासच नाही.'

'तो नेहमी उदास असतो.'

'त्याचं अभ्यासात अजिबात लक्ष नाही' असं काहीतरी!

पण आपण सर्व जण हे सगळं असंच चालणार असं समजून चालतो. त्याचा/तिचा स्वभावच तसला. त्याला इलाज नाही म्हणूनच गप्प बसतो.

स्वभावाचे हे कंगोरे बरेचदा टोचतात. बोचतात. कधी कधी त्यांची परिणती मानसिक आजारात होते, तर कधी 'When mind cannot weep, organs start weeping' या न्यायानं मनाचा शरीरावर परिणाम होऊन काही शारीरिक आजारांना उत्तेजन मिळतं किंवा ते वाढतात. उदा., दमा, सोरायसिस, अतिरक्तदाब, इ. स्वभाव पूर्णपणे बदलता येणार नाही; पण स्वभाववैशिष्ट्यं कायम राहूनही त्याचे तोटे होऊ न देणं, नक्कीच साधता येईल. हेही नसे थोडके!

काही मानसिक व्यायाम, आहारातील बदल, शारीरिक व्यायामाची योग्य जोड, डॉ. बॅचनी शोधून काढलेली ही संजीवनी औषधं इत्यादींच्या साहाय्यानं 'मन' अवश्य निरोगी आणि सुंदर बनू शकेल.

पण आपला सर्वांचा एक समज-गैरसमजच म्हणा की! खूप जाणवण्याइतके दोष मनात, स्वभावात निर्माण झाल्याशिवाय कुणी डॉक्टरांकडे जात नाही. मानसोपचार करून घेणं म्हणजे जणू वेडेपणाचा शिक्का मारून घेणं असचं काही लोक समजतात. अर्थात, आता ही धारणा थोडी बदलत आहे ही आनंदाची गोष्ट आहे. खरं म्हणजे शरीरावर साधा ओरखडा पडला, जखम झाली तर आपण उपचार करून घेतो नाही

का? तर मग मनावर उपचार करून घेताना मागेपुढे बघण्याचंच काहीच कारण नाही. खरंतर, वेळीच उपचार न केल्यास शरीरावरील जखमा जशा चिघळत जातात, तशा मनाच्या जखमाही चिघळत जातात व नंतर बऱ्या करण्यास वेळ लागतो; पण वेळीच उपचार केल्यास Stitch in time saves nineचा फायदा मिळतो. बॅच फ्लॉवर रेमेडीज ही खरीखुरी जीवनसंजीवनी आहे, जी तुम्हाला जगण्यातील खराखुरा आनंद मिळवून देते.

काही वेळा परिस्थिती तणावजन्य असते. कोणतीही परीक्षा अगर इंटरव्ह्यू अगदी वधूपरीक्षादेखील. प्रिय व्यक्तीचा वियोग, मृत्यू, धक्कादायक घटना पाहणं, वाचणं, ऐकणं, प्रिय व्यक्ती किंवा स्वतःबाबतचे इतरांचे वा स्वतःचे महत्त्वाचे निर्णय व त्यामुळे उत्पन्न होणारी काळजी. धंदा-व्यवसायातील तणाव. कामाचं न पेलणारं ओझं इतकंच काय अत्यानंदाचंदेखील मनावर ओझं बनतं. मनाला जखमा होतात. अशा वेळी औषध घेण्यात काहीच चूक नाही.

आहाराचा प्रभाव मनावर कसा पडतो पाहा- जीवनसत्त्व 'सी' व 'ब' गटाची जीवनसत्त्वं यांच्या कमतरतेमुळे मनाचा कमकुवतपणा, डोक्यात गोंधळ उडणं इत्यादी तक्रारी उद्भवतात.

परीक्षेचा ताण, कामाचा ताण, जबाबदारीची कामं, काही न सुचणं, विचार करण्याची क्षमता कमी होणं इत्यादी लक्षणं नत्रयुक्त पदार्थांची कमतरता दर्शवतात.

चिडचिडेपणा जो अनेक बायकांत आढळतो याचं महत्त्वाचं कारण कॅल्शियमची कमतरता.

मानसिक बदल, व्यक्तिमत्त्वात बदल होणं, उदास होणं, चिडणं, तोल सुटणं इतकंच काय; पण व्यसनाधीन होणं इत्यादी प्रकार कुपोषण सुधारल्यास टाळता येतात किंवा कमी होतात.

रक्तातील साखरेची पातळी कमी झाल्यामुळे आत्महत्येचे विचार मनात येणं, औदासीन्य, निद्रानाश इत्यादी लक्षणं निर्माण होऊ शकतात.

लहानपणी असलेला तल्लखपणा पुढे न राहणं, अभ्यासाचा ताण सहन न होणं, आत्मविश्वास, धडाडी हे गुण कमी पडणं इत्यादी बाबतीतही कुपोषण हे महत्त्वाचं कारण असू शकतं.

अर्थात, जन्मजात मन-शरीराची वैशिष्ट्यं आणि भोवतालची परिस्थिती या दोन्ही गोष्टी विचारात घेतल्या पाहिजेत. आपण एक उदाहरण घेऊ. गरोदरपणी कॅल्शियमची गरज वाढेल, कधी आत्यंतिक तणावामुळे कॅल्शियम खनिजद्रव्याची कमतरता निर्माण

होईल, तर कधी तो आहारातच अपुरा असेल, तर कधी योग्य प्रमाणात शोषण केलं जाणार नाही. या तिन्ही कारणांमुळे (म्हणजेच गरज-पुरवठा-शोषण) कॅल्शियमच्या कमतरतेची लक्षणं निर्माण होऊ शकतात.

वाचक मित्रमैत्रिणींना, म्हणूनच माझी आग्रहाची सूचना आहे, की शरीराइतकीच मनाची काळजी घ्या. स्वतःच्या मनावर व स्वभावाचा अभ्यास करा. त्यातील कंगोरे, दोष लक्षात घ्या. त्याची कारणं शोधा. मानसिक सवयीतील, कामाच्या पद्धतीतील थोडासा बदल, आहारातील बदल, काही विशिष्ट मानसिक व्यायाम, विचार करण्याची योग्य पद्धत, तत्त्वचिंतन, शारीरिक व्यायाम व औषधं इत्यादींच्या साहाय्यानं तुम्ही स्वतःमध्ये, स्वतःच्या व्यक्तिमत्त्वामध्ये बदल करू शकाल. ते दोष घालवू शकाल. अधिक यशस्वी, कर्तृत्ववान बनू शकाल, या सर्व प्रक्रियेत औषधांचं कार्य कोणतं हा प्रश्न साहजिकच मनात येईल. होमिओपॅथिक औषधं व बॅच फ्लॉवर रेमेडीज या औषधांच्या बाबतीत काय घडतं पाहू या. उदा., परीक्षेचा ताण मनावर असेल, तर प्रोटिन्स, जीवनसत्त्वं, कॅल्शियम इत्यादी पोषक आहार तर घ्यावा लागेलच; पण तरीही मानसिक व शारीरिक व्यक्तिमत्त्वानुसार दिलेल्या औषधांमुळे जीवरासायनिक क्रियांना योग्य दिशा व प्रेरणा मिळेल. नकारार्थी भावना उदा., भीती, ताण इत्यादींमुळे होणारे वाईट जीवरासायनिक बदल व त्यांचे परिणाम नाहीसे होतील किंवा कमी प्रमाणात होतील. बायोकेमिकल औषधांच्या योजनेमुळे आवश्यक ती जीवरसायनं पुरेशा प्रमाणात मिळू शकतील. मानसिक व्यायामांमुळे चांगल्या, सकारात्मक प्रक्रिया घडून येतील. अर्थात, त्यामुळे एकाग्रता व आत्मविश्वास इत्यादी गोष्टी वाढतील.

मन आणि शरीर एकमेकांशी अत्यंत निगडित आहेत. राग आला, की भुवया ताणल्या जातात. मुठी आवळल्या जातात. भीती वाटली की घाम फुटतो. छातीत धडधडतं, शरीर थरथरतं, नववधूच्या गालावर उधळले जाणारे प्रीतीचे रंग, गुलाबी गाल, इतकंच काय; पण शृंगाराच्या नुसत्या कल्पनेनंही पतिपत्नीच्या अंगावर उठणारे रोमांच... आईनं कुशीत घेतलं, की चिमण्या राजाला लगेच झोप लागते.

या सर्व गोष्टी मन आणि शरीरातील हा अतूट संबंध दर्शवतात. मनाचा शरीरावर व शरीराचा मनावर परिणाम सतत होत राहतो.

म्हणूनच जितक्या सहजतेनं शारीरिक तक्रारींची काळजी घेता तितक्या सहजतेनं मानसिक तक्रारींचाही विचार करा. त्यांच्याकडे दुर्लक्ष करू नका किंवा त्या लपवू नका. वेळीच दूर करा मग पाहा जीवन किती सुंदर वाटेल ते!

पुष्पौषधींविषयी : थोडक्यात पण महत्त्वाचं!

१. ही औषधं मानसिक लक्षणांनुसार दिली जातात; पण फक्त मानसिक तक्रारींसाठी उपयोगी पडतात, असं नाही, तर छोट्यामोठ्या मानसिक तक्रारी, तशाच शारीरिक तक्रारीही या औषधांनी बऱ्या होतात.

२. प्रत्येकाचा वेगळा स्वभावधर्म असतो. त्यांचे फायदे असतात. तसे तोटेही असतात. हे तोटे तुम्ही या औषधांनी टाळू शकता.

३. तक्रारींना, मानसिक आजाराचं स्वरूप येईपर्यंत थांबू नका. छोट्या तक्रारी वेळीच बऱ्या करून घ्या. A Stitch in time saves Nine हे लक्षात ठेवा.

४. कधी कधी मानसिक तक्रारी 'थोडासा वेगळा स्वभाव' एवढ्याच स्वरूपाच्या असतात. अशा स्वभावाचे किंवा मानसिक तणावाचे नकळत शरीरावर परिणाम होत राहतात. तेही या औषधांनी टाळता येतात.

५. मानसिक तक्रारींचं मूळ तुमच्या आहारात-विहारात, जीवनपद्धतीत असू शकेल. मनोरंजन, कार्यपद्धती, विचार यांच्या पद्धतींचा मागोवा घ्या. त्या तपासून पाहा.

६. शरीर आणि मन यांचा संबंध अतूट आहे. शरीराचा मनावर आणि मनाचा शरीरावर कळत नकळत परिणाम होत राहतो. शरीराइतकीच मनाचीही काळजी घ्या.

७. या औषधांचे कोणतेही दुष्परिणाम होत नाहीत किंवा सतत काही दिवस घेतल्यामुळे ती घेण्याची सवयही लागून राहत नाही (Nonhabit forming).

■■■

पुष्पौषधी : एका दृष्टिक्षेपात!

आपण पुष्पौषधी आणि त्यांची प्रमुख लक्षणं यांची थोडक्यात ओळख करून घेऊ.

१. **ॲग्रिमनी (Agrimony)** : दुःखानं विदीर्ण, घायाळ मनःस्थिती, दुःख विसरण्यासाठी व्यसनाधीनता, दुःख लपवून ठेवून आनंदी चेहऱ्याचा मुखवटा.

२. **आस्पेन (Aspen)** : अज्ञात कारणानं भीती, झोपेतून घाबरून जागं होणं इत्यादी.

३. **बीच (Beech)** : चिडखोर, रागीट, टीकाखोर, सतत दुसऱ्याचे दोष दाखवणाऱ्या व्यक्ती.

४. **सेंच्युरी (Centuary)** : आत्मतेज, आत्माभिमान हरवून बसलेल्या व्यक्ती, इतरांच्या इच्छेचे गुलाम, दुसऱ्या व्यक्तीच्या दबावाखाली झाकोळलेलं व्यक्तिमत्त्व.

५. **सिरॅटो (Cerato)** : इतरांच्या प्रभावानं अनिर्णय, स्वतःचं ठाम मत नाही, यांमुळे निर्णय घेणं कठीण जातं.

६. **चेरी प्लम (Cherry Plum)** : विदीर्ण, दुःखी मनःस्थिती, आपल्या मनावरील स्वतःचाच ताबा सुटेल आणि आपण चुकीची, नको ती गोष्ट करून टाकू अशी भीती वाटते. आत्महत्येची भीती, वेडेपणाची भीती.

७. **चेस्टनटबड (Chestnutbud)** : पुनःपुन्हा त्याच चुका, ग्रहणक्षमता, स्मरणशक्ती कमी, पूर्वानुभावरून, चुकांवरून शिकणं नाही. जीवनात अपयश!

८. **चिकोरी (Chicory)** : आत्मकेंद्रित व्यक्ती, सतत स्वतःविषयी बोलत, बडबडत असतात. अहंभावी, जवळच्या व्यक्तीवर अंमल गाजवणं, इतरांकडून प्रेम, सहानुभूतीची अपेक्षा, लक्ष स्वतःकडेच वेधून घेण्याचा सतत प्रयत्न.

९. **क्लिमॅटिस (Clematis)** : उदासीन, स्वप्नील, शून्यात हरवलेली नजर, अलिप्त, अव्यवहारी, झोपेची अधिक गरज, भोवतालाकडे दुर्लक्ष.

१०. **क्रॅब ॲपल (Crab Apple)** : किळस वाटणं, मनात सलत राहणारे विशिष्ट विचार, काळजी, स्वच्छतेबाबत अतिदक्षता, त्वचाविकार, क्षुल्लक गोष्टींची उगीचच काळजी.

११. **इल्म (Elm)** : कर्तव्यतत्पर, कार्यरत, कर्तृत्ववान व्यक्ती, परंतु आत्यंतिक जबाबदारीचा ताण व थकवा.

१२. **जेन्शियन (Gentian)** : साध्यासुध्या अडचणी/अपयश यामुळेदेखील निराशा, तसेच आत्मविश्वास ढासळणं, नकारात्मक विचार.

१३. **गॉर्स (Gorse)** : आत्यंतिक निराशा, मी या आजारातून/अडचणीतून, समस्येतून बाहेर पडू शकत नाही असं वाटून विफलता.

१४. **हेदर (Heather)** : सतत स्वतःबाबत बडबड, स्वतःच्या क्षुल्लक तक्रारी, समस्या, दिनचर्या, आवडनिवड यांबाबत सतत बोलत राहतात.

१५. **हॉली (Holly)** : मत्सर, दुराग्रह, हेवेदावे, संशय, प्रेम-वात्सल्याचा अभाव.

१६. **हनीसकल (Honey Suckle)** : भूतकाळ सतावतो, अपुऱ्या इच्छा, दुःखद प्रसंग, अपयश सतत आठवतं ही माणसं जणू भूतकाळात जगत असतात.

१७. **हॉर्नबीम (Hornbeam)** : कोणतंही काम सुरू करताना थकवा, मरगळ, आत्मविश्वासाचा अभाव, परंतु सक्षम व्यक्ती. एकदा काम सुरू केल्यानंतर मात्र पार पाडतात.

१८. **इम्पेशन्स (Impatiens)** : हुशार, कार्यक्षम, कर्तृत्ववान, उत्साही, भरभर वेगानं काम करणारे, परंतु उतावीळ, अस्वस्थ, अधीर, चटकन चिडतात. सावकाश काम करणाऱ्यांवर रागावतात. त्यांना सहन करू शकत नाहीत.

१९. **लार्च (Larch)** : आत्मविश्वासाचा संपूर्ण अभाव व अपयशाची भीती, यांमुळे कोणतंही काम हाती घेत नाहीत.

२०. **मिम्युलस (Mimulus)** : ज्ञात कारणांची भीती. उदा., आजार, अपघात, परीक्षा, मृत्यू, ऑपरेशन, मुलाखत, व्यासपीठ, नवीन वातावरण, अनोळखी किंवा मोठ्या व्यक्ती.

२१. **मस्टर्ड (Mustard)** : उदास, अंधकारमय अशी दुःखितावस्था, वैफल्य, निराशा, बधिरता, निर्विकार, स्थिती.

२२. **ओक (Oak)** : अनाठायी अति आशा व त्यामुळे अवाजवी प्रयत्न, यांमुळे ताण व शीण.

२३. **ऑलिव्ह (Olive)** : शारीरिक व मानसिक थकवा, निरुत्साह, अशक्तपणा.

२४. **पाइन (Pine)** : अपराधी भावना, त्यामुळे अवाजवी कष्ट, आत्मदोषामुळे असमाधान, स्वतःला दूषणं.

२५. **रेड चेस्टनट (Redchestnut)** : जवळच्या, प्रेमाच्या व्यक्तीबाबत काळजीयुक्त भीती.

२६. **रॉक रोझ (Rock Rose)** : अत्यंत भीतिदायक, थरारक, धक्कादायक, अनुभव व त्याचे परिणाम.

२७. **रॉक वॉटर (Rock Water)** : हुकूमशाही वृत्ती, तत्त्वनिष्ठ, नियमाचे काटेकोर पालन, लवचीकता नाही.

२८. **स्क्लेरॅन्थस (Scleranthus)** : द्विधा मनःस्थिती, अनिर्णय, चलबिचल, अस्वस्थ.

२९. **स्टार ऑफ बेथलहेम (Star of Bethlehem)** : अचानक मानसिक किंवा शारीरिक धक्का व त्याचे परिणाम.

३०. **स्वीट चेस्टनट (Sweet Chestnut)** : सहनशक्तीच्या पलीकडले दु:ख, सहन करू शकणार नाही असं दु:ख, ताण, विदीर्ण मनःस्थिती, विचारशून्य.

३१. **वर्व्हेन (Vervain)** : आत्यंतिक प्रयत्न, परिपूर्णतेचा हव्यास, अतिमहत्त्वाकांक्षा, असामाधान, 'वर्कोहोलिक' असणं या सर्व गोष्टींमुळे येणारा ताण.

३२. **वाइन (Vine)** : 'मी म्हणेन ती पूर्व' असं इतरांवर वर्चस्व. कर्तव्यकठोर, इतरांची बाजू, मतं याचा विचार करत नाहीत.

३३. **वॉलनट (Walnut)** : जीवनातील महत्त्वाचे बदल घडताना मनावर येणारा ताण.

३४. **वॉटर व्हायोलेट (Water Violet)** : सौम्य, शांत, एकलकोंडेपणा, अबोल वृत्ती, अलिप्त.

३५. **व्हाइट चेस्टनट (White Chestnut)** : सतत चिंता, काळजी, मनात त्याच त्याच विचारांचं वादळ, निर्णय घेता येत नाही, वैफल्य.

३६. **वाइल्ड ओट (Wild Oat)** : मनात विचारांचं विचारांचं वादळ, निर्णय घेता येत नाही. वैफल्य.

३७. **वाइल्ड रोझ (Wild Rose)** : विरक्ती, उदासीनता, काहीच करू नये, काहीही केले, तरी उपयोग नाही असं वाटून प्रयत्नांचा अभाव.

३८. **विलो (Willow)** : निराशावादी, कडवट मनोवृत्ती, इतरांना दोष देणं, इतरांविषयी चीड.

३९. **रेस्क्यू रेमेडी (Rescue Remedy)** : जीवनसंजीवनी, अपघात, मानसिक/शारीरिक धक्का अशा वेळी प्रथमोपचार म्हणून उपयुक्त.

पुष्पौषधींच्या योगे आपण मनःस्थितीत बदल घडवून आणू शकतो. मनावरचे ओरखडे, जखमा बऱ्या करू शकतो याची जाणीव व्हावी, म्हणून हा पुष्पौषधींचा संक्षिप्त परिचय.

■■■

लक्षणांनुरूप पुष्पौषधी

तुलनात्मक अभ्यास

●	जबाबदारीची आत्यंतिक जाणीव	वर्व्हेन. (३१), इल्म (११)
●	उदासीनता, विरक्ती	ॲग्रिमनी (१), वाइल्ड रोज (३७), वॉटर व्हायोलेट (३४), क्लिमॅटिस (९)
●	इतरांवर वर्चस्व	वर्व्हेन (३१), वाइन (३२), बीच (२)
●	तडजोड करत नाहीत	रॉक वॉटर (२७), वर्व्हेन (३१), वाइन (३२)
●	तत्त्वनिष्ठ	रॉक वॉटर (२७), वाइन (३२)
●	बडबड	चिकोरी (८), हेदर (१४)
●	भीती	मिम्युलस (२०), आस्पेन (२), रॉक रोझ (२६), रेड चेस्टनट (२५)
●	संताप/राग	इम्पेशन्स (१८), चेरीप्लम (६), विलो (३८), बीच (३)
●	नवीन प्रसंगाला सामोरे जाण्याची भीती	मिम्युलस (२०), हॉर्नबीम (१७), वॉलनट (३३)

•	थकवा	हॉर्नबीम (१७), ऑलिव्ह (२३), इल्म (११)
•	आत्मविश्वासाचा अभाव	जेन्शियन (१२), हॉर्नबीम (१७), लार्च (१९)
•	बडबड स्वतःविषयी	चिकोरी (८), हेदर (१४)
•	जीवनात बदल	हनीसकल (१६), बॉलनट (३३)
•	निराशा	गॉर्स (१३), जेन्शियन (१२), मस्टर्ड (२१)
•	दुःखाने विदीर्ण मनःस्थिती	ॲग्रिमनी (१), स्वीट चेस्टनट (३०)
•	अनिर्णय	स्क्लेरॅन्थस (२८), सिरॅटो (५), वाइल्ड ओट (३६)
•	इतरांना दोष देणं	बीच (२), विलो (३८)
•	स्वतःला दोष देणे	पाइन (२४)
•	अति प्रयत्न	ओक (२२), वर्व्हेन (३१)
•	अति काळजी	क्रॅब ॲपल (१०), व्हाइट चेस्टनट (३५), रेड चेस्टनट (२५)
•	अव्यक्त, अबोल	ॲग्रिमनी (१), वॉटर व्हायोलेट (३४)
•	सतत बडबड	चिकोरी (८), हेदर (१४)
•	इतरांवर वर्चस्व	बीच (३), वर्व्हेन (३१), वाइन (३२)
•	इतरांच्या दबावाखाली वागणाऱ्या व्यक्ती	सेंच्युरी (४)
•	अति आशा	ओक (२२)
•	निराशा	गॉर्स (१३)

●	अति आशा अति प्रयत्न	ओक (२२), वर्व्हेन (३१)
●	प्रयत्नांचा अभाव	जेन्शियन (१२), लार्च (१९), गॉर्स (१३)
●	इतरांवर वर्चस्व	वाइन (३२), वर्व्हेन (३१), बीच (३)
●	अलिप्तपणा	वॉटर व्हायोलेट (३४)
●	इतरांच्या जीवनात दखल	चिकोरी (८)
●	इतरांच्या जीवनापासून अलिप्त	वॉटर व्हायोलेट (३४)
●	कर्तृत्ववान व्यक्ती	इल्म (११), वर्व्हेन (३१), इम्पेशन्स (१८), हॉर्नबीम (१७), वाइन (३२)
●	अयशस्वी व्यक्ती	सेंच्युरी (४), सिरॅटो (५), स्क्लेरॅन्थस (२८), वाइल्ड ओट (३६)
●	रागीट-अधीर-उतावीळ	इम्पेशन्स (१८), चेरी प्लम (६)
●	शांत-गंभीर-सौम्य	ॲग्रिमनी (१), वॉटर व्हायोलेट (३४)
●	इतरांचा सहवास हवा	चिकोरी (८), हेदर (१४), सेंच्युरी (४)
●	एकलकोंडेपणा	ॲग्रिमनी (१), वॉटर व्हायोलेट (३४), क्लिमॅटिस (९)

वरील औषधांतील साम्य व फरक यांबद्दल चिंतन करा.

■■■

पुष्पौषधींची निवड कशी करावी

(परीक्षा, अभ्यास आणि पुष्पौषधी)

'पिण्डे पिण्डे मतिर्भिन्नः।'

प्रत्येकाचा स्वभाव वेगळा, अनुभव वेगळे! आणि त्यानुसार जीवनातील समस्या वा परिस्थितीत ती व्यक्ती वागते. आपण विशिष्ट व्यक्तीची स्वभाववैशिष्ट्यं जाणू शकतो ती केवळ या वागण्या-बोलण्यावरून. म्हणजेच एखाद्या व्यक्तीचे विचार, भावना व वर्तन यानुसार त्या व्यक्तीला कोणत्या पुष्पौषधींची गरज आहे, हे तज्ज्ञांना अवश्य ओळखता येतं. उदाहरणादाखल 'परीक्षा' ही समस्या घेऊ.

अभ्यास, परीक्षा यासंदर्भात विशिष्ट पुष्पौषधींची गरज असलेला विद्यार्थी कसा वागेल ते पाहा. त्या प्रकारच्या मनःस्थितीमुळे निर्माण होणारी मानसिक, शारीरिक दोन्हा प्रकारची लक्षणं किंवा आजार त्या विशिष्ट पुष्पौषधींमुळे बरे होऊ शकतात. व्यक्ती तितक्या प्रवृत्तीही! कशा ते पाहा!

'ॲग्रिमनी' टाईपच्या विद्यार्थ्यांच्या मनावर अभ्यास, परीक्षा यांचं खूप दडपण असलं, तरी तो ते दिसू देणार नाही. आनंदी आणि हसऱ्या चेहऱ्याचा अमोल बारावीत आहे. घरात त्याचे वडील आणि काका यांच्यात इस्टेटीवरून वितुष्ट आल्यामुळे भांडणतंटा सुरू असतो. अमोलला मधूनमधून दमा लागतो. वैद्यकीय महाविद्यालयात प्रवेश मिळवण्यासाठी तो झटून अभ्यास करतो आहे; पण तरीही आपली अभ्यासाची पद्धत, क्लासेस याबद्दल चिंता/साशंकता त्याच्या मनात आहे. खरंतर याविषयी त्याला मदत हवी आहे; पण वडील त्याची विचारपूस करण्याच्या मनःस्थितीत नसतात. सकाळी लवकर उठून तो क्लासला जातो. रात्री दम्याचा त्रास झाला असला तरीही!

आईनं कधी विचारलं ‘अमोल, अभ्यास छान चाललाय. तू काही काळजी करू नकोस.’ असंच सांगतो. त्याची कधीच कशाबद्दल तक्रार नसते; पण अमोलला दम्याचा अॅटॅक येण्याचं प्रमाण हल्ली खूप वाढलंय! कारण अमोल ‘अॅग्रिमनी’ टाईपचा आहे. अशा व्यक्ती आपल्या चिंता, काळजी, वेदना यांचं प्रदर्शन कधीच करत नाहीत. ते सर्व सहन करतात. त्यातूनही मार्ग काढतात, परंतु या सर्वांतून एकलेपणानं जाण्याचा त्यांच्या मनावर, शरीरावर परिणाम होतोच. अस्वस्थ मनामुळे झोप लागत नाही; पण यातील काहीच ते बाहेर दिसू देत नाहीत. चेहऱ्यावर सतत असा आनंदी चेहऱ्याचा मुखवटा की त्यांचा हेवा वाटावा. ‘अॅग्रिमनी’ दिल्यास ‘अमोल’चा दमा कमी होईलच; पण आवश्यक तेव्हा समस्येबाबत तो इतरांची मदत घेऊ लागेल आणि स्वस्थ, शांत झाल्यामुळे परीक्षेत यशस्वीही होईल.

अमोलच्या अगदी विरुद्ध ‘राहुल.’ तोही बारावीतच आहे; पण सारखा आईवर, लहान बहिणीवर चिडत, खेकसत असतो. त्याच्या आवडीची भाजी नाही म्हणून, नोकरानं सकाळी स्कूटर काढून ठेवली नाही म्हणून किंवा लहान बहिणीनं टीव्हीचा आवाज वाढवला म्हणून... कोणतंही कारण त्याला पुरतं. शिक्षकांच्या शिकवण्यावरही तो नाराज. क्लासवाले इतकी फी घेतात आणि तरीही चांगलं शिकवत नाहीत, असं तो जवळ जवळ रोजच आईला सांगतो.

प्रवेश परीक्षा ही त्याला कटकट वाटते. सतत चिडचिड करणाऱ्या राहुलचं वारंवार डोकं दुखतं. राहुल ‘बीच’ टाईपचा आहे. ‘बीच’ दिलं की तो शांत होईल आणि अभ्यासही एकाग्रतेनं करू शकेल. कटकटी स्वभावही निवळेल.

‘सेंच्युरी’ टाईपचा ‘अजय’ वडिलांचं सगळंच ऐकतो. तो ते म्हणतील त्या कोर्सला जाणार आहे. सहामाही परीक्षेच्या दिवशीही सकाळी वडील म्हणाले म्हणून तो आत्याला पोहोचवायला स्टेशननर गेला होता. हुशार असला तरी त्याचं स्वतःचं असं ध्येय काही नाही. मोठ्या भावानं सांगितलं त्या क्लासला तो जातो. तो सांगतो, तसा अभ्यास करतो. अजयचं वारंवार पोट दुखतं. आई घेऊन गेली तरच तो डॉक्टरकडे जातो. परीक्षा जवळ येते आहे, तसातसा त्याच्या पोटदुखीचा त्रास वाढतो आहे. अजय आपलं आत्मतेज, व्यक्तिमत्त्वच हरवून बसला आहे. अजयला ‘सेंच्युरी’ दिलं की पोटदुखी कमी होईल; पण अजयचं स्वत्त्व जागृत होईल.

‘सिरॅटो’ टाईपचा विद्यार्थी हुशार असतो, विचारी असतो; पण त्याचा स्वतःच्या कर्तृत्वावर, निर्णयशक्तीवर विश्वास नसतो. सारासार विचार करून तो निर्णय घेईल; पण कुणीतरी सांगितलं म्हणून त्या निर्णयाविरुद्ध अगदी मूर्खासारखा वागेल आणि

नंतर चुकीच्या निर्णयाचे काही वाईट परिणाम झाले, की म्हणेल, 'मी असं असं करायला पाहिजे, हे खरं म्हणजे मला माहीत होतं.' कधी एखाद्या गोष्टीबद्दल अनेकांना त्यांचं मत-उपदेश विचारत राहील. कारण स्वतःच्या निर्णयाबद्दल, तो योग्यच आहे अशी खात्री नाही. उदा., केमिस्ट्रीसाठी कोणता क्लास/पुस्तक चांगलं? मी कोणत्या कोर्सला प्रवेश घ्यावा इत्यादी. चिन्मयनं विक्रांतसारखं अभ्यासाचं टाइमटेबल केलं. रोज एक तास प्रत्येक विषयाचा अभ्यास करायचा; पण नंतर शौनक म्हणाला म्हणून तो रोज प्रत्येक विषयाचा एकेक टॉपिक करायला लागला. स्वानंद आता प्रश्नपत्रिका सोडवण्याचा सराव करतो आहे. हे समजल्यावर चिन्मयला तसं करावंसं वाटू लागलं, चिन्मयला 'सिरॅटो'ची गरज आहे ते दिलं, की त्याच्या मनातील हा गोंधळ संपेल आणि त्याला त्याच्या अभ्यासातील सूर गवसेल. त्याचा आत्मविश्वास वाढेल. एवढंच नव्हे तर त्याला नेहमी होणारा 'मायग्रेन'चा त्रासही कमी होईल.

विशाखा हुशार आहे. अभ्यासही खूप करते; पण तरीही परीक्षा म्हटली, की तिच्या पोटात गोळा येतो. साधी टेस्ट असली, तरी बाईसाहेबांना 'लूज मोशन्स' सुरू. हातांना घाम सुटतो. हात थरथरतात... विशाखाला हवंय 'मिम्युलस.'

इंद्रायणीला एकेक टॉपिक तीनतीनदा शिकवला तरी समजत नाही. ती अनेक ट्यूशन्स क्लासेसना जाते; पण तरीही त्याच त्याच चुका पुनःपुन्हा करत राहते. सायनुसायटिसचा त्रास आहे. इंद्रायणीला 'चेस्टनटबड'ची गरज आहे.

अभिजितचा स्वतःच्या मनावर ताबा नाही. तो बारावीला आहे. तीन महिन्यांवर परीक्षा; पण गेले काही दिवस क्रिकेटमय झाला आहे. आवडता चित्रपट टीव्हीवर लागला असेल, तर त्याला राहवत नाही. तो अभ्यास सोडून टीव्हीसमोर! पण या अभिजितनं हेही मला सांगितलं, की तो त्याला 'इलेक्ट्रॉनिक्स अँड कम्युनिकेशन'ला प्रवेश घ्यायचा आहे. अभ्यास झाला नाही, की तो स्वतःवरच चिडतो, निराश होतो आणि प्रवेश नाही मिळाला तर? या नुसत्या कल्पनेनंदेखील त्याला घरातून पळून जावंसं वाटतं. एवढंच नव्हे तर आत्महत्येचे विचारदेखील मनात येतात. हेदेखील मनावर ताबा नसल्यामुळेच! 'चेरी प्लम' दिल्यानंतर आता अभिजित अभ्यासात स्थिरावला आहे.

'जेन्शियन' टाईपची मिताली. अगदी साध्यासाध्या गोष्टींनी उदास होते. अगदी छोटीशी अडचण, अपयश आलं तरी आकाश कोसळल्यासारखा चेहरा होतो तिचा. ती बारावी सायन्सला आहे. साधी सर्दी झाली, तरी चेहऱ्यावर भाव टीबी झाल्यासारखे. पेनमधील शाई संपली आणि पुन्हा भरावी लागली, पेन्सिल खाली

पडली आणि टोक तुटलं, हवं ते पुस्तक मिळालं नाही तरी ती उदास होते. तिला मेडिकल कॉलेजला प्रवेश हवाय. बायॉलॉजीत तिमाही, सहामाही परीक्षेत दोन्ही वेळा ९० टक्क्यांच्या वर गुण मिळाले; पण नऊमाही परीक्षेत थोडे कमी मिळाल्यावर मिताली एवढी उदास झाली, की बायॉलॉजी हा विषय मला जमणारच नाही, असं तिला वाटू लागलं. अभ्यासात एकाग्रता होईना. तिला भूक लागेना. डोकं दुखायचं, मितालीला 'जेन्शियन' दिलं आणि ती पुन्हा जोमानं अभ्यास करू लागली. हो, पण... हे परीक्षेपर्यंत देतच राहायला हवं, कारण गाडी रुळावरून केव्हा घसरेल काय सांगावं?

विनिताला इंजिनिअरिंगला प्रवेश हवा आहे. विनितानं कमी मिळाले म्हणून मार्क्स रिजेक्ट केले. आता तिला पुन्हा ऑक्टोबरमध्ये परीक्षेला बसायचं आहे; पण ती इतकी निराश झाली आहे, की आता पुन्हा अभ्यास करणं, मार्क्स मिळवणं वगैरे आपल्याला जमणारच नाही. त्यापेक्षा दहावीच्या मार्कांवर पॉलिटेक्निकला प्रवेश घेऊ या, असं ती म्हणते. तिला 'लायकेन प्लेनस' हा त्वचारोगही झाला आहे. तो जुनाट ताणामुळे होतो. अशी आत्यंतिक निराशा हे लक्षण 'गॉर्स'चं! 'गॉर्स' दिलं, की विनिताच्या मनात प्रकाश निर्माण होईल.

अक्षता सतत स्वतःबद्दल स्वतःच्या छोट्या-मोठ्या तक्रारी, अडचणी, अभ्यास याबद्दल बडबडत असते. 'अभ्यास कमी, बडबड' जास्त असं तिची आईच म्हणते. अक्षता म्हणते, मला टेन्शन येतं आणि मग असं कुणाशीतरी बोलून मन मोकळं करावंसं वाटतं. ती फार वेळ अभ्यासावर लक्ष केंद्रित करू शकत नाही, त्यामुळे अभ्यास होत नाही. अभ्यास नीट झाला नाही म्हणून मग पुन्हा टेन्शन. अक्षता 'हेदर' टाईपची आहे.

सायली नेहमी मत्सरानं हिरवी-पिवळी झालेली! तिला 'हॉली' दिलं तरच तिला होणारा ॲसिडिटी, गॅसचा त्रास कमी होईल.

मनाली खूप हुशार आहे. नेहमी पहिला, दुसरा नंबर येतो. ९० टक्क्यांच्या वर गुण मिळतात; पण तरीही एखाद्या अवघड विषयाचा अभ्यास करताना, परीक्षेला जाताना भीती, कधी कधी तर दोन-तीन वेळा संडासला, अनेक वेळा लघवीला जाऊनही येते. घाबरून थरथरत असते. तिला रडू फुटत असतं. 'आई, कसं गं होणार माझं!' म्हणून आईला विचारते; पण हे सगळं हॉलवर जाऊन उत्तरपत्रिका लिहायला लागेपर्यंतच! ती उत्तरपत्रिका लिहायला लागली, की हळूहळू तिचा आत्मविश्वास वाढायला लागतो आणि पेपर संपल्यानंतर तिचा चेहरा फुललेला असतो. एखादं काम, परीक्षा सुरू होण्यापूर्वी- करण्यापूर्वी आत्मविश्वास नसतो, थकवा, अशक्तपणा, अस्वस्थता,

बेचैनी जाणवते. मात्र या व्यक्ती सक्षम असतात, त्यामुळे ते काम सुरू झाल्यानंतर मात्र त्या पार पाडू शकतात. हे 'हॉर्नबीम'चं लक्षण आहे. मनालीला 'हॉर्नबीम' दिलं, की ती स्वस्थचित्त होईल. अस्वस्थतेमुळे अभ्यासावर लक्ष केंद्रित न होणं, वेळ फुकट जाणं, झोप न लागणं, वारंवार पोट बिघडणं, हे सगळं टळेल. एकंदरीत अभ्यास, परीक्षा सुखेनैव पार पडेल आणि ती यशस्वीही होईल.

दैवदत्त गुणांचा यशस्वीरीत्या उपयोग करून घेण्यासाठी आत्मविश्वासाची गरज असते आणि तो नसेल तर गुणी, हुशार विद्यार्थीसुद्धा यशस्वी होऊ शकत नाही. 'लार्च' टाईपच्या व्यक्तींना स्वतःबद्दल खात्री असते, ती विशिष्ट गोष्ट मला मुळीच जमणार नाही याची. अपयश येणारच म्हणून ते प्रयत्नही करत नाहीत किंवा करू धजावतच नाहीत. यशस्वी लोकांबद्दल त्यांना मत्सर न वाटता कौतुकच वाटतं आणि स्वतःबद्दल निराशा, उदासीनता!

अमित. वय २० वर्षं. त्याचा भाऊ खूप हुशार! सध्या परदेशात होता. अमित हुशार; पण भावाच्या तुलनेनं कमी आणि तुलना करताना आई-वडील नेहमीच त्याला कमी ठरवत. त्यांच्या मते, असं बोलल्यामुळे तो सुधारणार होता. नेहमी ते त्याला म्हणत, 'तू असाच मागे पडणार आयुष्यात, दादाकडे बघ.' अन् त्याचा परिणाम उलटाच झाला. अमित आपला आत्मविश्वासच गमावून बसला. आपण आयुष्यात काहीच करू शकत नाही असंच नकळत त्याच्या मनावर बिंबवलं गेलं होतं. कॉलेजमध्ये तो खेळात अगर कोणत्याच स्पर्धेत भाग घेत नसे. चार लोकांत मिसळतही नसे. 'बॅच फ्लॉवर रेमेडीज'बद्दल वाचून तो माझ्याकडे आला अन् त्यानं आपल्या तक्रारी सांगितल्या. त्याचं हे बी.कॉम.चं शेवटचं वर्ष होतं, मात्र आपण पास होऊ असं त्याला वाटत नव्हतं. कमीतकमी पास तरी होईन, असं काही करता येईल का? त्यानं विचारलं. औषधांमुळे काही त्याची बुद्धिमत्ता बदलणार नव्हती; पण अत्यावश्यक असलेला आत्मविश्वास मिळून तो योग्य प्रकारे अभ्यास करू शकणार होता. 'लार्च'मुळेच त्याच्यात हा आत्मविश्वास निर्माण होऊन तो जीवनातही यशस्वी होणार होता.

'स्क्लेरॅन्थस'च्या व्यक्ती नेहमी द्विधा मनःस्थितीत असतात. मनाची खूप चलबिचल होत असते. कोणत्याही एकाच गोष्टीवर ते लक्ष केंद्रित करू शकत नाहीत. शिवाय, कधी आनंदी तर कधी अगदी उदास, मनःस्थितीची दोन टोकं. अनघा सांगत होती, 'डॉक्टर, टेस्टमध्ये मनासारखे मार्क्स पडले की मी अगदी हवेत तरंगू लागते.'

'स्क्लेरॅन्थस' मनःस्थितीचा विद्यार्थी कसा वागतो पाहू या. अभ्यासापेक्षा इंटरेस्टिंग

ॲग्रिमनी
(Agrimony)

आस्पेन
(Aspen)

बीच
(Beech)

सेंच्युरी
(Centuary)

सिरॅटो
(Cerato)

चेरी प्लम
(Cherry Plum)

चेस्टनटबड
(Chestnutbud)

चिकोरी
(Chicory)

क्लिमॅटिस
(Clematis)

क्रॅब अॅपल
(Crab Apple)

इल्म
(Elm)

गॉर्स
(Gorse)

हेदर
(Heather)

हनीसकल
(Honey Suckle)

हॉर्नबीम
(Hornbeam)

इम्पेशन्स
(Impatiens)

लार्च
(Larch)

मिम्युलस
(Mimulus)

मस्टर्ड
(Mustard)

ओक
(Oak)

ऑलिव्ह
(Olive)

पाइन
(Pine)

रेड चेस्टनट
(Redchestnut)

रॉक रोझ
(Rock Rose)

स्क्लेरॅन्थस
(Scleranthus)

स्टार ऑफ बेथलहेम
(Star of Bethlehem)

स्वीट चेस्टनट
(Sweet Chestnut)

वर्व्हेन
(Vervain)

वॉटर व्हायोलेट
(Water Violet)

वॉलनट
(Walnut)

वाइन
(Vine)

व्हाइट चेस्टनट
(White Chestnut)

वाइल्ड ओट
(Wild Oat)

वाइल्ड रोझ
(Wild Rose)

विलो
(Willow)

अशा गोष्टी उदा., चित्रपट, कादंबरी वाचणं, पत्ते खेळणं, क्रिकेट खेळणं यांमध्ये तो अधिक वेळ घालवू लागेल. परीक्षा अगदी तोंडावर आली असतानादेखील अभ्यास महत्त्वाचा हे समजत असूनही तो दुसरंच काही करत राहील. अरे, अभ्यास कर जा म्हटलं तर सांगेल, एवढे दोन गेम खेळून बसतोच! किंवा ९.३० वाजता अभ्यासाला बसतो. ९.३० वाजता म्हणेल, की एवढा हातातील गेम पुरा केला की बसलोच अभ्यासाला! मग हातातील एक गेम व आता अगदी शेवटचा गेम म्हणत आणखी एक गेम पुरा करेपर्यंत १० वाजतात. मग तो सांगेल, आता मला भूक लागली, भूक लागली की माझा अभ्यास होत नाही. मग राजश्री जेवत राहणार. जेवल्यानंतर मग शाळेत/कॉलेजात जायची वेळ येईल. आता दीड तासात काय अभ्यास होणार असं म्हणून मग शाळेत/कॉलेजमध्ये जायचं! काहीतरी सबबी सांगायच्या आणि महत्त्वाचं काम/अभ्यास पुढे ढकलत राहायचं. परीक्षेतही कोणते प्रश्न लिहावेत हे चटकन ठरवता येत नाही. कोणत्या कोर्सला प्रवेश घ्यावा हेच कळत नाही. त्याच्या मनाचा लंबक सतत हलताच.

अभयच्या मनात विचारांची एवढी गर्दी झालेली असते, की अभ्यासाला बसतो तरी चित्त एकाग्र होत नाही. दुसरेच अनेक फालतू विचारही कधी कधी मनात घोळत राहतात. अभयला हवंय 'व्हाइट चेस्टनट.'

अशा प्रकारे विशिष्ट मनःस्थितीसाठी विशिष्ट पुष्पौषधी उपयोगी ठरते आणि मन स्वच्छ झालं, की सुख, शांती, आनंद, यश यांनी सजून जातं.

व्यवसायाची निवड करताना कर्तव्य, (वडिलांचा व्यवसाय पुढे चालवणं इत्यादी) आवड, संधी यांमुळे मनात गोंधळ उडाला असेल आणि व्यवसाय कोणता निवडावा हे कळत नसेल, तर 'वाइल्ड ओट' घ्यावे, जे 'काय करावे काही सुचेना' अशा गोंधळलेल्या मनःस्थितीतून बाहेर काढू शकते.

नैराश्य, उदासीनता यासाठी 'वाइल्ड रोझ' उपयोगी पडतं. सुजित बारावीचा विद्यार्थी, टायफॉइडनं आजारी पडला, त्यामुळे बरेच दिवस फुकट गेले. आता आपण कितीही अभ्यास केला, तरी मेडिकल किंवा इंजिनिअरिंग कोर्सला ॲडमिशन मिळणं अशक्य आहे असं त्याला वाटू लागलं. तसा तो हुशार विद्यार्थी; पण तरीही आता आत्मविश्वास कमी झाला होता. अशक्तपणाही होताच; पण तरी अभ्यास करणं शक्य होतं. तोही ते करेना. अभ्यासाबाबत उदासीन बनलेला. दिवसभर झोपून राहायचा. सुजितला 'वाइल्ड रोझ' आत्मविश्वासासाठी 'लार्च' आणि थकवा घालवण्यासाठी 'ऑलिव्ह'ची जरुरी होती, यांमुळे तो शक्य तेवढे प्रयत्न करायला उद्युक्त होणार होता.

समीरानं डेंटल कॉलेजला ॲडमिशन घेतली; पण हल्लीच्या तिच्या वागण्या-बोलण्यात एक प्रकारचा कडवटपणा जाणवायचा. आपल्या श्रमाचं, प्रयत्नांचं चीज झालं नाही व एम.बी.बी.एस.ला प्रवेश मिळाला नाही म्हणून ती इतकी उदास, निराश होऊन गेली, की तिला कॉलेजला जावंसंच वाटायचं नाही. मैत्रिणीशी भांडणं, घरी आई-वडिलांजवळ आपलं फुटकं नशीब म्हणून रडणं, भावंडांना दोष देणं काही विचारू नका! तिची आई तिला माझ्याकडे घेऊन आली होती ती 'लायकेन प्लेनस' या त्वचारोगासाठी. जुनाट मानसिक तणावांमुळे होणारा हा आजार 'विलो' बरा करणार होतं आणि पूर्वीची हसरी, आनंदी समीरा परत येणार होती.

अशाच प्रकारे आत्ममग्नतेसाठी 'क्लिमॅटिस', आत्मदोषांसाठी व अपराधी भावनेसाठी 'पाइन', होस्टेलवर राहून होमसिक झाल्यामुळे अभ्यास होत नाही अशा मुलांसाठी 'हनीसकल' किंवा 'वॉलनट', चिडखोर, गडबड, धांदल करणाऱ्या विद्यार्थ्यांसाठी 'इम्पेशन्स', अभ्यासाचा ताण झेपत नाही, असं वाटणाऱ्या; पण जबाबदार-हुशार मुलांसाठी 'इल्म', अपयशानं खचून जाणाऱ्यांसाठी 'गॉर्स', अतिप्रयत्नवादी मुलासाठी 'ओक', अतिमहत्त्वाकांक्षी मुलांसाठी 'वर्व्हेन' उपयुक्त ठरतं.

मलाच नव्हे; तर सध्या प्रत्येकालाच क्षणोक्षणी जाणीव होत आहे ती माणसामाणसांतील प्रचंड स्पर्धेची आणि यांमुळे आई-वडिलांवर, पर्यायानं सर्व कुटुंबावर आणि मुलांवर येणाऱ्या अपरिहार्य ताणाची! यामुळेच मनोजन्य शारीरिक आजारांचं प्रमाणही वाढतं आहे. तुम्हाला आश्चर्य वाटेल; पण 'बालपण देगा देवा', 'बालपणीचा काळ सुखाचा' असं म्हणणाऱ्या आपल्या पिढीपेक्षा सध्याच्या मुलांवरील ताण ७५ टक्के वाढला आहे. ज्यामुळे गुन्हेगारी प्रवृत्ती, आक्रमकता, घरातून पळून जाणं, तसेच नैराश्य, आत्महत्येचा प्रयत्न असे गंभीर परिणामही आढळून येत आहेत. म्हणूनच, आपण स्वतःला तसंच आपल्या मुलांनाही समजून घेऊ या! वेळीच त्यांच्या मनात जीवनाविषयी योग्य दृष्टिकोन निर्माण करू या.

मन निरोगी करण्यासाठी आणि राखण्यासाठी पुष्पौषधी या संजीवक ठरतात. अशा सुपीक मनात चांगल्या विचारांचं बीज पेरलं, सुसंस्कारानं त्याची मशागत झाली, आत्मविकास तंत्र-मंत्र आणि समुपदेशन यांचं खतपाणी मिळालं, की मग पाहा कला, कल्पकता, बुद्धिमत्ता यांचं पीक कसं भरभरून येतं ते!

■■■

समारोप

हे पान शेवटचं निरोपाचं...
इथे उपनिषदातील एका श्लोकाची आठवण होते आहे–
न त्वहम् कामये राज्यम्।
न स्वर्गम् नापुनर्भवम्
कामये दुःखतप्तानाम्।
प्राणिनाम् आर्तिनाशनम्।।
याचा अर्थ असा, की–
'मला राज्य उपभोगाची इच्छा नाही.
स्वर्ग आणि मोक्ष भावनाही मला नाही.'
माझी एवढीच इच्छा आहे–
'मानवांचे दुःख नाहीसे करण्याचे काम माझ्या हातून अखेरपर्यंत घडो.'
सर्वेऽपि सुखिनः सन्तुः सर्वे सन्तु। निरामयः।।
सर्वे भद्राणि पश्यन्तु। मा कश्चित दुःखमाप्नुयात्।।
म्हणजे, 'हे परमेश्वरा
सर्वांना सुखी कर,
सर्व जण निरोगी राहू देत,
सर्वांचे कल्याण होऊ दे,
कोणीही दुःखी राहू नये.'

परिशिष्ट १

रुग्णेतिहास व लक्षणे प्रश्नावली

स्वतःच्या किंवा इतरांच्या मनाचा शोध घेताना ही प्रश्नावली तुम्हाला साहाय्य करेल ती नकाशाइतकी. प्रत्यक्ष प्रवास करताना त्या मार्गाचं सौंदर्य, फायदे किंवा अडथळे तुमचे तुम्ही अनुभवायचे आणि जाणायचे.

प्रश्नावली

वैयक्तिक माहिति

नाव :	**वय :**
पत्ता व फोन नं. :	**वजन :**
शिक्षण :	**उंची :**
आर्थिक परिस्थिती :	**व्यवसाय :**

प्रमुख तक्रारी

प्रमुख तक्रारी तुमच्या स्वतःच्या शब्दांत सविस्तर लिहून नंतरच खालील प्रश्नावलीची उत्तरं लिहा.

शारीरिक तक्रारी

सध्याचा आजार, छोट्या-मोठ्या तक्रारी कोणत्या व कधीपासून! वरचेवर होणाऱ्या तक्रारी-किती दिवसातून एकदा? किती दिवस? प्रत्येक तक्रारीची सुरुवात कशी झाली हे लिहावं. (अचानक/सावकाश?) पूर्वी झालेले मोठे आजार व त्यासाठी केलेले उपचार.

- घरातील व्यक्तींना, आई-वडिलांना असलेले मोठे आजार. उदा., मधुमेह, क्षयरोग, दमा इत्यादी.

- आनुवंशिक आजार.
- मांसाहारी/शाकाहारी, भूक, तहान, लघवी, शौच कोणते पदार्थ (तिखट/आंबट/गोड/ खारट) आवडतात?
- कोणते आवडत नाहीत? कोणत्या पदार्थांमुळे त्रास होतो?
- झोप, सवयी व व्यसनं (चहा, कॉफी, तंबाखी, पान, मध, धूम्रपान इ.)
- सध्याच्या तक्रारी कशामुळे वाढतात? कमी होतात? वेळ, हवामान, ऋतू, उष्णता, हालचाल, दाब, शरीराची विशिष्ट स्थिती, मासिक पाळी, झोप...)
- सध्याच्या तक्रारीसाठी पूर्वी केलेले व सध्या करत असलेले उपचार.

फक्त स्त्रियांसाठी

- मासिक पाळीविषयी तक्रारी-पाळी लवकर/उशिरा येते, रक्तस्राव कमी-जास्त जातो, पाळीच्या वेळी पोटात दुखते, धुपणी, रक्तस्राव इत्यादी.
- गर्भधारणा किती वेळा झाली? मुलं किती व त्यांची वयं? प्रसूतीसमयी झालेला त्रास? गर्भपात झाला/केला काय?
- पाळी गेली असल्यास केव्हा गेली? त्यासंबंधी त्रास?

मानसचित्र

१. मानसिक तक्रारी कोणत्या? कधीपासून? सुरुवात कशी झाली?
    - मानसिक तक्रारी केव्हा? कशामुळे वाढतात/ कमी होतात.

२. व्यवसाय, छंद, आवडीनिवडी, आपला व्यवसाय आपणास आवडतो? का? आवडत नसल्यास का आवडत नाही? कामाचं स्वरूप- बैठं/कष्टाचं/ मानसिक ताण देणारं.

३. कार्यपद्धती- नवीन काम, महत्त्वाचे प्रसंग इत्यादी वेळी होणारी प्रतिक्रिया.
    - मोठ्या व्यक्तींना भेटणं, परीक्षा, इंटरव्ह्यू इत्यादी वेळी प्रतिक्रिया.
    - निर्णय स्वतःच घेता का? चटकन घेता की मनःस्थिती विचलित होते? निर्णय इतरांना विचारून घेता का? स्वतःच्या मनाप्रमाणे, त्यांच्याच मताप्रमाणे.
    - जबाबदारीची कामं अंगावर घेता का? अंगावर जबाबदाऱ्या पडल्या आहेत व त्या पूर्ण कराव्या लागत आहेत का?

- कामाचा, व्यवसायाचा, जबाबदाऱ्यांचा मनावर कितपत ताण पडतो? जबाबदाऱ्या, कर्तव्यं पार पाडता का?
- मानसिक तणावाखाली असताना कसं वागता? मानसिक ताणांचा त्रास होतो का? कोणत्या? कितपत?

४. जीवनाबद्दलचा दृष्टिकोन– निराशावादी/आशावादी.

आत्मविश्वास वाटतो का? जीवनात यशस्वी आहात का? नसल्यास कारणं तुमच्या मते कोणती? यश/अपयश याबद्दल काय वाटतं?

थोड्याशा अपयशानं खचून जाता, की पुनःपुन्हा प्रयत्न करत राहता? यश मिळेल असं वाटतं का? की अपयश येणार असं वाटतं? अपयशाची भीती वाटते? अपयश येणार असं वाटतं तरी प्रयत्नानं यशस्वी होता? जीवनातील दुःख, अपेक्षाभंग, निराशा, इत्यादींबाबत कसे वागलात?

जीवनातील आशाआकांक्षा कोणत्या? त्या साकार झाल्या आहेत का? भविष्यकाळात होतील असं वाटतं का?

आपला स्वभाव

- रागीट, चिडचिडा, तक्रारखोर, अति शिस्तखोर, दुसऱ्याचे दोष सतत दाखवणारा, इतरांबद्दल हेवा, मत्सर, संशय.
- भावनावश, घाबरट, काळजीखोर (स्वतःबद्दल/इतरांबद्दल)
- आनंदी, धैर्यशील, आत्मविश्वासपूर्ण, दुःख इतरांना दिसू न देणारा, मित्रमंडळींशी जमवून घेणारा.
- स्वतःला दोषी समजणारा, अपयश, अडचणी इत्यादी बाबतींत स्वतःला दोषी ठरवता की इतरांना?
- स्वतःवर खूप नियम लादून घेता का? अत्यंत कडक नियमपालन करता का?
- कोणतीही गोष्ट करताना मनाची द्विधा अवस्था होते का?
- एकटेपणा आवडतो की सतत कुणाच्यातरी सहवासात, मित्रमंडळींत राहावंसं वाटतं?
- इतरांचे, घरातील माणसांचे तुमच्याबद्दलचे समज / गैरसमज ते बरोबर वाटतात का?

- भीती / काळजी / चिंता / दुःख / नकोसे वाटणारे विचार कोणते? कारण? त्यांचा कामावर, व्यवसायावर होणारा परिणाम काय? इतरांना सांगता का? सांगितल्यामुळं बरं वाटतं का? इतरांपासून लपवून ठेवून वरवर आनंदी राहता का?
- स्वतःचे विचार व कृती यांवर स्वतःचा ताबा राहतो का?

पूर्वायुष्य

- आपलं बालपण कसं गेलं? मजेत/ कडक शिस्तीत/दुःख, कष्टात/अत्यंत लाड व कौतुकात? इत्यादी.
- बालपणातील व पूर्वायुष्यातील धक्कादायक व मनावर कोरला गेलेला प्रसंग. त्याबद्दल सध्या मनात विचार येतात का?
- जीवनावर खोल परिणाम घडवणारी व्यक्ती/ परिस्थिती, सुखद, दुःखद घटना व अनुभव त्याचा परिणाम काय झाला?

समाजशीलता

- घरातील माणसं किती व कोण? त्याच्याशी संबंध कसे आहेत?
- कौटुंबिक जीवन कसे आहे? आनंदी/दुःखी/ सर्वसामान्य.
- घरातील माणसांचा, मित्रमंडळींचा जीवनावर पडलेला प्रभाव व परिणाम कसा व कोणता?
- मित्रमंडळी खूप थोडी त्यांच्याशी संबंध कसे आहेत?
- मन कुणाजवळ मोकळे करता का?
- खूप जवळची वाटणारी व्यक्ती कोणती? का?
- खूप आवडणारी व्यक्ती कोणती? का?
- न आवडणारी व्यक्ती कोणती? का?
- घरातील माणसं, नातेवाईक, मित्रमंडळी यांपैकी
- कुणाबद्दल दुःख, काळजी, चीड, हेवा इत्यादी.
- स्वतःबद्दल इतरांजवळ कितपत बोलता? थोडक्यात, कशाबद्दल?

झोप

किती तास? नियमित? अनियमित? दिवसा/ रात्री किती ते किती!

झोप चांगली लागते का? शांत, गाढ?

सकाळी उठल्यावर ताजंतवानं वाटतं का?

अंथरुणावर पडल्यावर लगेच झोप लागते का? की वेळ लागतो?

सकाळी फार लवकर जाग येते का?

स्वप्नं, झोपेतील तक्रारी?

सकाळी उठल्यावर दिवसभर करायच्या कामांबद्दल काय वाटतं?

दिवसा झोप घ्यावी असं वाटतं का? अशक्तपणा, दमणूक जागवते का?

- मानसिक तक्रारीबरोबरच आढळून येणारी शारीरिक लक्षणं कोणती? उदा., छातीत धडधडणं, अर्धशिशी, छातीत जळजळणं, घाम, थरथर इत्यादी.
- तुमच्या आजाराबद्दल तुम्हाला काय वाटतं? चिंता, काळजी, बरे होऊ अशी आशा, निराशा...
- खालीलपैकी एखादी तक्रार आहे का? निराशा, भीती, उदासीनपणा, अतिविचार, आत्मविश्वासाचा अभाव, इतरांचे वर्चस्व, अशक्तपणा, मानसिक ताण, निद्रानाश, मत्सर, हेवा, चिडखोरपणा, आत्मदोष, गतस्मृतींचा त्रास, अस्वस्थपणा, लक्ष केंद्रित न होणं, दिवास्वप्नं पाहणं, दारुण दुःख, पश्चात्ताप, जबाबदारी न पेलणं, काळजी-चिंता.
- इतरांच्या तुमच्याबद्दल तक्रारी? आत्मकेंद्रितपणा, भांडखोर, मत्सर, चंचलपणा, सतत बोलत राहणं, स्वतःच्यातच मग्न राहणं, चिडखोरपणा, अतिशिस्तखोरपणा, झोपेतून उठणं, आत्मविश्वास/धाडस नसणं इत्यादी.

■■■

परिशिष्ट २

सायकोसिस व न्यूरोसिस यातील फरक

सायकोसिस व न्यूरोसिस या दोन प्रकारच्या रोगात खालीलप्रमाणे ढोबळ फरक दिसतात.

सायकोसिस (विकृत मनःस्थिती)	**न्यूरोसिस** (कमकुवत मनःस्थिती)
१. व्यक्तिमत्त्वात बदल : या आजारामुळे सुदृढ व्यक्तीच्या व्यक्तिमत्त्वात व वागण्यात बदल होतो.	१. व्यक्तिमत्त्वात अगर इतरांबरोबर वागण्यात बदल होत नाही.
२. रुग्णाची लक्षणं व परिस्थितीचा विचार केल्यास वागण्यातील बदल का झाला ते समजून येत नाही.	२. परिस्थितीचा विचार अगर मीमांसा केली असता लक्षणं का दिसून आली ते समजून येतं.
३. रुग्णाला स्वतःला आपल्यातील झालेल्या बदलाची कल्पना नसते. किंवा लक्षणं समजू शकतात (Lack of insight).	३. रुग्णाला स्वतःला आपल्यात होणारे बदल किंवा लक्षणं समजू शकतात (Insight is preserved).
४. रुग्ण आपले वैयक्तिक अनुभव (Subjective Experiences) आणि आजूबाजूची सत्य परिस्थिती (Objective Experiences) यातील फरक जाणू शकत नाही. (उदा., रुग्णास भास किंवा आवाज ऐकू येत आहेत व इतरांना ते येत नाहीत.)	४. रुग्ण आपले वैयक्तिक अनुभव व सत्य परिस्थिती यातील फरक जाणू शकतो. (उदा., एखाद्या रुग्णास भीती वाटून छातीत धडधडणं, आणि आजूबाजूची सत्य परिस्थिती हातपाय कापणं, पोटात गोळा उठणं, ही लक्षणं समजून येतात व हे फक्त आपणासच होतं याची त्याला कल्पना असते.)

५. विचार करण्याच्या पद्धतीत फरक होणं, भास होणं इत्यादी लक्षणं दिसून येतात.	५. विचार करण्याच्या पद्धतीत फरक व भास होणं, अशी लक्षणं दिसून येत नाहीत. न्यूसोसिसमध्ये काळजी वाटणं हे सामान्य लक्षण असतं.
६. बहुधा रुग्णांना इस्पितळात राहून उपचार करून घेण्याची गरज असते.	६. इस्पितळात राहून उपचार करून घेण्याची आवश्यकता नसते.
७. या रोगात औषधं किंवा इलेक्ट्रोकन्व्हल्जिव्ह थेरपी (ई.सी.टी) या उपचारांची गरज असते.	७. काही वेळा मात्र इस्पितळात राहून उपचार करून घेणं अधिक फायद्याचं ठरतं. या रोगात रुग्णाबरोबर चर्चा (Psychotherapy) करण्याची व समुपदेशनाची गरज असते. रुग्णाला ही लक्षणं कशामुळे झाली व ती का होतात हे समजून घेणं महत्त्वाचं असतं. काळजी व उदासीनता नष्ट होण्यासाठी औषधं दिली जातात.
८. हा रोग आनुवंशिकतेमुळे, मेंदूतील रासायनिक बदलामुळे होतो. उपचार करून घेईपर्यंत हा आजार चालूच राहतो.	८. रुग्णाचं व्यक्तिमत्त्व व परिस्थितीतील संघर्ष यांमुळे हा रोग होतो. त्यासाठी व्यक्तिमत्त्वात सुधारणा होणं जरूर असतं. हा बदल जोपर्यंत होत नाही तोपर्यंत आजार चालूच राहतो.

परिशिष्ट ३

औषधांची उपलब्धता व मात्रा (डोस)

ही औषधं बहुतांशी होमिओपॅथिक औषधांच्या दुकानात उपलब्ध असतात. या औषधयोजनेचा आवश्यक तेवढा प्रसार सध्या तरी झाला नसल्यामुळे उपलब्धतेबाबत अडचणी येणं शक्य आहे.

ही औषधं द्रवरूपात मिळतात. वापरताना हा द्रव पाण्यातून किंवा मेडिकेटेड ग्लोब्युल्स या स्वरूपात देता येतो.

एका वेळी एक किंवा अधिक औषधं लक्षणांनुसार देता येतात. औषधं दिवसातून ३–५ वेळा किंवा दर ५ मिनिटे ते १–२ तास या अंतरानं एक डोस इत्यादी प्रकारे जरुरीप्रमाणे दिली जातात.

अनेक वेळा मानसिक लक्षणांबाबत गुंतागुंत आढळते. शिवाय, सोबतची शारीरिक लक्षणंही महत्त्वाची असतात. या शारीरिक आजाराचं अचूक रोगनिदान व इतर उपाययोजना अत्यावश्यक असते. अशा वेळी फक्त 'बॅच फ्लॉवर रेमेडीज' देऊन आपण रुग्णाचं नुकसान तर करत नाही ना, याकडे जरूर लक्ष द्यावं. बॅच फ्लॉवर रेमेडीजबरोबर आवश्यक ती इतर उपाययोजना स्वतः करावी किंवा घ्यावी.

गुंतागुंतीचे मनोविकार, तज्ज्ञ डॉक्टरांसमोरही आव्हानात्मक ठरतात. अशा वेळी तज्ज्ञ बॅच फ्लॉवर प्रॅक्टिशनरचा व मानसोपचारतज्ज्ञाचा जरूर सल्ला घ्यावा. शेवटी रुग्णाचं हित महत्त्वाचं!

औषधं उग्र वासांपासून दूर ठेवावीत. औषधं रिकाम्या पोटी घेणं अधिक फलदायक ठरतं. औषध घेतल्यानंतर ताबडतोब काही खाऊपिऊ नये.

■■■

परिशिष्ट ४

तणावग्रस्ततेचे परिणाम

मानसिक परिणाम : कंटाळा, चिडचिड, औदासीन्य, असमाधान, वैताग, खिन्नता, कामांच्या बाबतीत चालढकल किंवा दिरंगाई करण्याची प्रवृत्ती, निद्रानाश, अस्वस्थता, व्यसनाधीनता, आत्महत्येची प्रवृत्ती इत्यादी.

मनोजन्य शारीरिक व्याधी : मानसिक स्थितीचा शरीरावर परिणाम होऊन उद्‌भवणाऱ्या शारीरिक आजारांना सायकोसोमॅटिक डिसीजेस (Psychosomatic Diseases) म्हणतात. मानसिक तणावांमुळे हे आजार वाढतात आणि मानसिक स्थिती सुधारल्यास हे आजार बरे होण्यास आत्यंतिक मदत होते.

उदा., मायग्रेन किंवा अर्धशिशी, अतिसार, मलावरोध, ॲसिडिटी-जळजळ, अपचन, अल्सरेटिव्ह कोलायटिस, तोंड येणं (Apthous Stomatisis), दमा, सर्दी हे फिवर, अतिरक्तदाब, हृदयविकार, मधुमेह, रूमॅटॉइड आथ्राइटिस (सांधेदुखी), लायकेन प्लेनस, सोरायसिस यांसारखे त्वचारोग.

गरोदरपणी खूप उलट्या होणं, मासिक पाळीच्या वेळी अतिरक्तस्राव, पोटात दुखणं, मासिक पाळी बंद होताना होणाऱ्या तक्रारी (Menapausal Complaints) (४५ ते ५५ या वयात), मासिक पाळी येण्यापूर्वी आठवडाभर होणाऱ्या तक्रारी, उदा., स्तन दुखणं, पाय वळणं, अर्धशिशी, घसा दुखणं इत्यादी तक्रारी तणावाला पोषक व्यक्तिमत्त्वांमध्ये अधिक आढळतात.

एखाद्या व्यक्तीत जो अवयव अशक्त असेल, तो अवयव तणावजन्य व्याधीला लवकर बळी पडतो. उदा., वर्षानुवर्षं तणावाखाली राहिल्यानं एखाद्याला लायकेन प्लेजसारखा त्वचाविकार उद्‌भवेल, तर एखाद्या स्त्रीला रूमॅटॉइड आथ्रायटिससारखा संधिवात जडेल. मधुमेहाची सुरुवात जरा लवकरच होईल, तर एखाद्याला पेप्टिक अल्सर किंवा दमा होईल- इथं व्यक्ती तितक्या प्रकृती.

तात्कालिक ताणानं अतिसार, जळजळ, अपचन इ. होतात. जुनाट ताणानं उत्तेजक कारण मिळाल्यास अर्धशिशी किंवा दम्याचा ॲटॅक येऊ शकतो. लायकेन प्लेनस-रूमॅटॉइड आथ्रायटिस इत्यादी आजार जडू शकतात, कारण हे आजार काही ताबडतोब होऊ शकत नाहीत. शिवाय त्यांना इतरही कारणं असतात.

■■■

परिशिष्ट ५

औषधांचा योग्य वापर व उपयोग कसा करावा?

वाचकांसाठी सूचना

- ही औषधं मानसिक तसेच शारीरिक विशेषतः मनोजन्य शारीरिक रोगांवर उपयोगी पडतात. औषधयोजना मात्र फक्त मानसिक लक्षणांवरूनच केली जाते. याबाबत अधिक माहिती हवी असल्यास भ्रमणध्वनी करा. (डॉ. रमा मराठे, भ्रमणध्वनी क्रमांक : ९३४११ ००६५३)
- एका वेळी एक किंवा अधिक औषधं लक्षणांवरून दिली जातात. औषधयोजनेसाठी मानसिक लक्षणवैशिष्ट्यांचा सखोल अभ्यास व अनुभव अत्यावश्यक आहे. तज्ज्ञ डॉक्टरांकडून चिकित्सा करून घेणं चांगलं.
- एखादं विशिष्ट औषध आपल्या लक्षणवैशिष्ट्याशी जुळत असलं, तरी त्याबरोबरच इतरही औषधांची जरुरी असणं शक्य आहे. छोट्या तक्रारीसाठी स्वतःच औषधयोजना केली, तरी गुंतागुंतीच्या आजारात तज्ज्ञ डॉक्टरांचा सल्ला अत्यावश्यक आहे. गुंतागुंतीचे आजार कधी कधी तज्ज्ञ डॉक्टरांसमोरसुद्धा आव्हानात्मक ठरतात.
- औषधं दिवसातून ३ ते ५ वेळा किंवा जरुरीप्रमाणे दर ५ मिनिट ते एक-दोन तास या अंतरानं एक डोस इत्यादीप्रकारे जरुरीप्रमाणे दिली जातात.
- वाचकांना अशा प्रकारची चिकित्सा उपलब्ध आहे व लहानमोठे मनोविकारही बरे होऊ शकतात याची माहिती व्हावी हा या लेखमालेमागे मुख्य उद्देश आहे.
- स्वतःच्या क्षुल्लक तक्रारी स्वतःच बऱ्या करता येतील, एवढी सखोल माहिती या पुस्तकात दिली जात आहे.

■■■

परिशिष्ट ६

ताणतणाव आणि त्यांचं महत्त्व

डॉ. थॉमस होम आणि त्यांचे सहकारी यांनी 'युनिव्हर्सिटी ऑफ वॉशिंग्टन स्कूल ऑफ मेडिसीन' इथं जीवनातील तणावजन्य परिस्थिती व घटनांची एक यादी तयार केली व या घटकांना तणावजन्यतेनुसार गुणही दिले. हा शोधनिबंध त्यांनी 'जर्नल ऑफ सायकोसोमॅटिक रीसर्च'मध्ये प्रसिद्ध केला.

१. जोडीदाराचा मृत्यू (पती-पत्नीचा मृत्यू) - १००

२. घटस्फोट - ७३

३. पती किंवा पत्नीपासून विभक्त होणं
(मतभेद, नोकरी-व्यवसाय, कौटुंबिक कारण इ.) - ६५

४. तुरुंगवास, रिमांड होम, इ.- ६३

५. कुटुंबातील जवळच्या व्यक्तीचा मृत्यू
(आई, वडील, अपत्य, भाऊ, बहीण, आजी, आजोबा इ,) - ६३

६. गंभीर स्वरूपाचा आजार किंवा इजा वा अपघात - ५३

७. विवाह - ५०

८. अधिकारीवर्गाशी मतभेद, वादविवाद, बोलणी खावी लागणं - ४७

९. सलोखा- विभक्त पतिपत्नींमध्ये सलोखा - ४५

१०. निवृत्ती - ४५

११. कुटुंबातील एखाद्या व्यक्तीच्या आरोग्यात किंवा वागणुकीत फार मोठा बदल, मुलानं पालकाचं न ऐकणं, वाईट नादाला, मार्गाला लागणं, व्यसनाधीन होणं - ४४

१२. गर्भारपण - ४०

१३. लैंगिक समस्या - ३९

१४. कुटुंबात नवीन व्यक्तीचं आगमन
(जन्म, दत्तक घेणं, आजी, आजोबा, नातेवाईक) - ३९

१५. गंभीर स्वरूपाची वैयक्तिक तडजोड
(पुनःस्थापना, विलीनीकरण, दिवाळखोरी इ.) - ३९

१६. आर्थिक स्थितीत महत्त्वाचा व मोठा बदल/ आर्थिक स्थिती कमालीची खालावणं - ३८

१७. जिवलग मित्राचा किंवा मैत्रिणीचा मृत्यू - ३६

१८. कामाच्या स्वरूपात (व्यवसाय, नोकरी) मोठा बदल - ३६

१९. पती-पत्नींमधील वादविवादांच्या संख्येत मोठा बदल
(नेहमीपेक्षा खूप कमी किंवा अधिक वादविवाद) होणं.
उदा., मुलांना वाढवणं, वैयक्तिक सवयी इ. बाबतीत - ३६

२०. १० लाखापेक्षा अधिक कर्ज घेणं - ३१

२१. मुदतीच्या आधी कर्जफेड - ३०

२२. कामातील (नोकरी, व्यवसाय, सामाजिक, कौटुंबिक)
जबाबदारी व अधिकार यांमध्ये महत्त्वाचा बदल - २९

२३. मुलगा, मुलगी घरापासून दुरावणं
(लग्न, नोकरी-व्यवसाय, शिक्षण, परदेशगमन इ.) - २९

२४. सासू, सासरे, सुनेशी मतभेद, सासुरवास - २९

२५. अत्यंत लक्षणीय असे वैयक्तिक यश - २८

२६. पत्नीचं घराबाहेरील काम उदा., नोकरी-व्यवसाय सुरू करणं, बंद करणं - २६

२७. शालेय शिक्षणाची सुरुवात किंवा स्थगिती - २६

२८. जीवनमानामध्ये मोठा व महत्त्वाचा बदल - नवीन घर बांधणं, घर उद्ध्वस्त होणं, शेजार बदलणं, घराचं नूतनीकरण इ. - २१

२९. वैयक्तिक सवयींमध्ये महत्त्वाचे बदल
(उदा., शिष्टाचार, मित्रमंडळीतील उठबस, पेहराव. इ.) - २४

३०. अधिकारी व्यक्तींशी संबंधात समस्या - २३

३१. कामाच्या वेळेत, परिस्थितीत मोठा व महत्त्वाचा बदल - २०

३२. राहण्याच्या ठिकाणात बदल - २०

३३. नवीन शाळेत, कॉलेजात प्रवेश - २०

३४. करमणूक, मनोरंजनाची पद्धत, त्यासाठी वेळ यांमध्ये बदल - १९

३५. पूजाअर्चा, योग, देवभक्ती, चर्च, नमाज इ. व त्यासाठीच्या वेळात महत्त्वाचा बदल - १९

३६. सामाजिक व सांस्कृतिक सहभागासाठी दिल्या जाणाऱ्या वेळात महत्त्वाचा बदल - १९

३७. १० लाखापेक्षा कमी रकमेचं कर्ज किंवा गहाणखत - १७

३८. झोपण्याच्या सवयीत बदल. नेहमीपेक्षा खूप कमी किंवा जास्त झोपण्याच्या कालावधीत व वेळेत बदल. उदा., सवय नसताना सकाळी खूप लवकर उठावं लागणं, अथवा रात्री उशिरापर्यंत जागं राहावं लागणं - १६

३९. खाण्यापिण्याच्या सवयींत मोठा बदल, नेहमीपेक्षा खूप अधिक किंवा कमी खाणं, खाण्यापिण्याच्या वेळेत बदल, पद्धतीत बदल, जेवताना असलेल्या वातावरणात बदल - १५

४०. मोठी सुट्टी - १५

४१. ख्रिसमस, दिवाळीसारखे मोठे सण - १५

४२. नियमोल्लंघन - ११

गुणांबाबत स्पष्टीकरण

एका वर्षाच्या कालावधीत तुमच्या आयुष्यात यातील ज्या घटना घडल्या असतील त्यासमोर खूण करा.

घटनांसमोरील गुणांची बेरीज आता पुढील निष्कर्षांशी पडताळून पाहा.

०- १४९ गुण	कमी ताण
१५०-१९९ गुण	मध्यम ताण
२००-२९९ गुण	खूप ताण
३०० पेक्षा अधिक गुण	अत्याधिक ताण

एका वर्षात २००पेक्षा अधिक गुण झाल्यास त्या व्यक्तीच्या आरोग्यावर या ताणाचा लक्षणीय असा परिणाम दिसून येतो.

■■■

परिशिष्ट ७

घटक आणि तणावनिर्मिती

- **आहार** : निकृष्ट आहार, कुपोषण यांमुळे प्रतिकारशक्ती कमी होते व तणावनिर्मिती अधिक होते.
- **औषधं/व्यसनं** : उदा., दारू– ताणतणावांबाबत अयोग्य व बिघडलेली प्रतिक्रिया
- **व्यवसाय** : एक्झिक्युटिव्हज, आर्थिक व्यवहारासंबंधी निर्णय घेणाऱ्या व्यक्ती (Accountants, Tax, consultants) विक्रेते, व्यवस्थापक इ. अशा व्यक्तींवर एकंदरीत ताण अधिक असतात. मनोजन्य शारीरिक व्याधींचं प्रमाण अधिक असतं.
- **वातावरण** : शहरी वातावरण अधिक तणावपूर्ण असतं. ताणतणावांशी संबंधित व्याधी शहरी लोकांमध्ये जास्त आढळतात.
- **कौटुंबिक स्थिती** : एकट्याच राहणाऱ्या लोकांमध्ये ताणतणावांचे परिणाम व संबंधित आजार अधिक झालेले दिसून येतात.
- **सामाजिक स्थिती** : स्वतःच्या समाजापासून दूर असलेल्या व्यक्तींना ताण अधिक व त्यांचं आयुष्यही कमी होतं.
- **धार्मिकता** : अत्यंत धार्मिक व श्रद्धावान लोक हे आत्यंतिक तीव्र ताणसुद्धा सहजगत्या सहन करतात.
- **भावनाशीलता** : भावनिकदृष्ट्या स्थिर असे लोक (स्थितप्रज्ञ व विवेकी) ताणतणावांना योग्य प्रतिक्रिया दर्शवतात.
- **योगसाधना** : ज्यांना मन/शरीर शिथिल करणं, हलकं करणं सहजगत्या जमतं, त्यांच्यावरील ताणाचे परिणाम (झाले असले, तरीही) चटकन नाहीसे होतात.

■■■

परिशिष्ट ८

तुम्ही किती तणावग्रस्त आहात?

प्रत्येक घटकाला दिलेल्या पर्यायी उत्तरापुढे खूण करायची. आत्मशोध घेण्यासाठी याचा खूप उपयोग होणार आहे.

अ) बदल करू शकत नाही असे घटक.

१) आई-वडिलांचं आयुष्य

गुण ० - आई-वडिलांचं दोघांचं आयुष्य ७५ किंवा अधिक वर्षं.
१ - आई-वडिलांचं दोघांचं आयुष्य ६०-७४ वर्षं.
२ - आई-वडिलांपैकी एकाचं आयुष्य ७५ वर्षांपेक्षा जास्त व दुसऱ्याचं ६० वर्षांपेक्षा कमी.
३ - आई-वडिलांपैकी एकाचं आयुष्य ६० ते ७४ वर्षं व दुसऱ्याचं ६० वर्षांपेक्षा कमी.
४ - आई-वडील दोघांचं आयुष्य ६० वर्षं पेक्षा कमी.

२) लिंग/विवाह

गुण १ - स्त्री
२ - अविवाहित स्त्री/पुरुष
३ - पुरुष
४ - विधुर /विधवा

३) वय

गुण ० - (०१-०२ वर्षे) लहान मुलं
१ - (२१-३४ वर्षे) प्रस्थापित होण्याचा काळ
२ - (५०-६४ वर्षे) वैचारिक परिपक्वता
३ - (१३-२०वर्षे) पौगंडावस्था - प्रयत्नशील
४ - (३४-४२वर्षे) मध्यम वय - जबाबदाऱ्या
५ - (६५वर्ष, अधिक) वृद्धावस्था

ब) काहीअंशी बदल करता येतो, असे घटक

४) व्यक्तिमत्त्व

गुण ० – आरामदायी जीवनपद्धती
१ – नकारार्थी विचार
२ – दुसऱ्यांवर अवलंबून असणाऱ्या व्यक्ती, स्पर्धाभावना नसलेल्या व्यक्ती, निष्क्रिय व्यक्ती
३ – एखाद्या गोष्टीचा पिच्छा पुरवणारी व्यक्ती
४ – आक्रमक, महत्त्वाकांक्षी, स्वतःवर किंवा इतरांवर जबरदस्ती करणाऱ्या व्यक्ती

५) ताणतणावांशी संबंधित व्याधी

अतिरक्तदाब, मायग्रेन, दमा, पेप्टिक अल्सर, हृदयरोग, पक्षाघात इ.

गुण ० – व्यक्तीला किंवा आई–वडिलांना असा कोणताही आजार नाही.
१ – व्यक्तीला असा कोणताही आजार नाही. आई–वडिलांना असा एखादा आजार आहे.
२ – व्यक्तीला असा एखादा आजार आहे. शिवाय, आई–वडिलांनाही आहे.
३ – व्यक्तीला असा आजार आहे. शिवाय, आई–वडिलांना असे २ किंवा ३ आजार आहेत.
४ – व्यक्तीला असे कमीतकमी २ आजार, आई–वडिलांना असे २ किंवा ३ आजार आहेत.

६) अपघात किंवा दुर्दैवी प्रसंग

गुण ० – गेल्या १० वर्षांत एकही नाही.
१ – एक प्रसंग
२ – दोन प्रसंग
३ – तीन किंवा चार प्रसंग
४ – पाच किंवा त्याहून अधिक प्रसंग

७) **वजन (उंची व वय यानुसार योग्य वजन लक्षात घेता)**

गुण ० – १ ते ५ किलो अधिक

१ – ५ किलो कमी किंवा जास्त

२ – ६ ते १५ किलो जास्त

३ – १६ ते २७ किलो अधिक, ६ ते २५ किलो कमी

४ – ३० किलो किंवा यापेक्षाही अधिक वजन

८) **धार्मिकता**

गुण ० – श्रद्धावंत – दैवगतीचा, जीवनाचा भाग म्हणून स्वीकार करणारे, समर्पित, धर्मगुरू

१ – प्रार्थनेत नियमितपणे सहभागी

२ – पूजाअर्चा, प्रार्थना इ.ला महत्त्व न देणारे

३ – धर्म हे थोतांड समजणारे

४ – परमेश्वर किंवा दैवी शक्तीच न मानणारे

९) **जीवनपद्धतीत महत्त्वाचे बदल**

(घर, नोकरी, आर्थिक स्थिती, कौटुंबिक इ.)

गुण ० – गेल्या एक वर्षात अशा प्रकारचा कोणताही बदल नाही.

१ – मध्यम प्रकारचा बदल गेल्या एक वर्षात घडला. उदा., घर बदलणं.

२ – मध्यम प्रकारचे दोन बदल घडले.

३ – तीव्र बदल– एक (अत्यंत जवळच्या व्यक्तीचा मृत्यू) व मध्यम प्रकारचे तीन बदल.

४ – दोन किंवा अधिक तीव्र/मोठे बदल घडले (मृत्यू, घटस्फोट, आर्थिक स्थितीत प्रचंड बदल)

१०) **आर्थिक स्थिती**

गुण ० – उच्चवर्ग

१ – उच्च मध्यमवर्ग

२ – मध्यमवर्ग

३ – कनिष्ठ मध्यमवर्ग

४ – गरिबी

११) व्यवसाय

गुण ० - स्वतंत्र -प्रस्थापित- श्रीमंत यशस्वी (बदल करण्याचं स्वातंत्र्य आहे, असे व्यावसायिक.)

१ - शास्त्रज्ञ, नटनट्या, कलाकार, मनोरंजन करणारे, मॉडेल्स

२ - शिक्षक, खेळाडू, लेखक, विक्रेते, पांढरपेशावर्ग

३ - डॉक्टर, डेंटिस्ट, वकील, अधिकारीवर्ग, कर्मचारीवर्ग

४ - पोलीस, अकाउंटंट (हिशेबनीस), पायलट, जुगारी, गुन्हेगार, तुरुंगवासातील व्यक्ती, बेकार व्यक्ती.

१२) स्थान

गुण ० - व्यवसाय व निवास खेडेगावात, विद्यार्थी-खेडेगावातील जीवन

१ - व्यवसाय व निवास- उपनगरात, विद्यार्थिजीवन उपनगरात

२ - व्यवसाय मोठ्या शहरात- महानगरात, घर उपनगरात

३ - व्यवसाय व निवास लहान शहरात

४ - व्यवसाय व निवास महानगरात

१३) वैवाहिक जीवन

गुण ० - सुखी वैवाहिक जीवन, अविवाहित कुमारिका (वय २० किंवा कमी)

१ - सुखी, पुनर्विवाह

२ - तडजोड केलेलं जोडपं

३ - अविवाहित प्रौढ, घटस्फोट, विधुर/विधवा

४ - घटस्फोट, विधुर/विधवा

१४) चिंता, काळजी वैफल्य, दीर्घकाल ताणतणाव-जबाबदाऱ्या

गुण ० - एकही नाही

१ - कधी कधी साधे ताण

२ - कधी कधी तीव्र ताण

३ - नेहमीच- मध्यम ताण

४ - सतत- तीव्र ताण

क) व्यक्तीचा ताबा असतो, असे व बदल करता येण्यासारखे घटक

१५) अल्कोहोल/दारू

गुण ० – दारूचं व्यसन नाही – कधीतरी प्रसंगोपात्त, अल्कोहोलचं प्रमाण कमी असलेली दारू. उदा., वाइन एखादा ग्लास

१ – १ कॉकटेल किंवा रोज २ ग्लास वाइन

२ – २ कॉकटेल किंवा रोज २ ग्लास वाइन

३ – अर्धी बाटली किंवा रोज ३ ग्लास वाइन

४ – पक्का दारूबाज

१६) कॉफी व इतर कॅफिनयुक्त पेयं

गुण ० – अजिबात नाही

१ – कधीतरी प्रसंगोपात्त

२ – १-२ कप कॉफी रोज, ३-४ कप चहा रोज

३ – ३-४ कप कॉफी रोज, ५-६ कप चहा रोज

४ – ५ किंवा अधिक कप कॉफी रोज

५ – ७ कप किंवा अधिक चहा रोज

१७) ड्रग ॲडिक्ट

गुण ० – अजिबात नाही – कधीही नाही

१ – कधीतरी एखादी गोळी

२ – २-३ वेळा आठवड्यातून

३ – आठवड्यातून अनेक वेळा

४ – पक्का ड्रग ॲडिक्ट

१८) धूम्रपान

गुण ० – अजिबात व्यसन नाही

१ – कधीतरी प्रसंगोपात्त एखादी सिगारेट

२ – १ पाकीट किंवा कमी, परंतु रोज

३ – रोज २ पाकीटे

४ – चेनस्मोकर २ पेक्षा अधिक पाकीटे

१९) आहार

गुण ० – तेल, तूप, साखर, मीठ आहारात अगदी कमी, स्नॅक्स व फास्ट फूड (Junk food) नाही. सात्त्विक, समतोल आहार.

१ – थोडं तेल व तूप, साखर, मीठ आहारात अगदी कमी, स्नॅक्स व फास्ट (Junk food) नाही. सात्त्विक, समतोल आहार.

२ – मध्यम प्रमाणात तेल, तूप, मध्यम प्रमाणात साखर व मीठ, मध्यम प्रमाणात स्नॅक्स, समतोल आहार.

३ – मध्यम प्रमाणात तेल, तूप, मध्यम प्रमाणात साखर व मीठ, खूप वेळा स्नॅक्स व फास्ट फूड (Junk food), निकृष्ट-असमतोल आहार.

४ – खूप तेल, तूप, खूप साखर व मीठ, खूप वेळा स्नॅक्स, फास्ट फूड व जंक फूड, असमतोल निकृष्ट तामसी आहार.

२०) स्नेहसंबंध

गुण ० – खूप मित्रमंडळी व परिचित जवळचे मित्र अनेक

१ – परिचित खूप, परंतु जवळचे मित्र कमी

२ – काही परिचित व एखादा जवळचा मित्र

३ – जिवलग मित्र नाही व काही परिचित

४ – एकाकी माणूस – मित्र नाहीत व परिचितही नाहीत

२१) गप्पागोष्टी, चर्चा, सुसंवाद

गुण ० – मित्रमंडळी व कुटुंबीयांशी नेहमी गप्पागोष्टी, चर्चा, सुसंवाद तसेच, व्यवसाय – संबंधितांशीही

१ – अशा प्रकारचा संवाद आठवड्यातून काही वेळा

२ – अशा प्रकारचा संवाद एखाद्या वेळी आणि अडचणी, समस्या असताना

३ – अशा प्रकारचा संवाद क्वचित

४ – अशा प्रकारचा संवाद घडत नाही

२२) **झोप**

गुण ० – ८ तास शांत, गाढ झोप – रोज रात्री – झोपेविषयी समस्या नाही
१ – ७ तास किंवा ८॥ तास झोप दुपारच्या डुलक्या धरून
२ – ६ तास किंवा ९ तास एक दिवसात – दुपारच्या डुलक्या धरून
३ – ९ तासांपेक्षा अधिक झोप एका दिवसात
४ – ६ तासांपेक्षा कमी झोप एका दिवसात

२३) **विश्रांती – ध्यान – चिंतन**

गुण ० – दिवसातून दोन वेळा
१ – दिवसातून एकदा
२ – एक दिवसाआड
३ – आठवड्यातून एकदा
४ – कधीच नाही किंवा रोज ३ तासांपेक्षा अधिक

२४) **करमणूक – बदल – कामात, जीवनपद्धतीत विविधता, सुट्टीच्या दिवशी निराळेपणा**

गुण ० – रोज नियमित बदल व ठरावीक मुदतीनंतर सुट्टी/करमणूक
१ – रोज नियमित बदल व कधीतरी सुट्टी/करमणूक
२ – कधीतरी बदल– कधीतरी सुट्टी/करमणूक
३ – क्वचित बदल/करमणूक, सुट्टी नाही
४ – जीवनपद्धतीत बदल नाही – सुट्टी नाही, करमणूक नाही

२५) **व्यायाम व खेळ**

गुण ० – नियमित व्यायाम व खेळ
१ – नियमित व्यायाम, खेळ नाही
२ – कधीतरी व्यायाम किंवा खेळ
३ – क्वचित व्यायाम किंवा खेळ
४ – व्यायाम किंवा खेळ अजिबात नाही

२६) **विवेकनिष्ठता– तडजोड करता येणं, योग्य उद्दिष्टं, कर्तृत्व, होकारार्थी विचार**

गुण	०	– नेहमीच सुसूत्रपणे व वैचारिक परिपक्वतेनुसार कृती व प्रतिक्रिया
	१	– बहुतांशी योग्य प्रतिक्रिया व कृती
	२	– कधी कधी योग्य प्रतिक्रिया व कृती
	३	– क्वचित योग्य प्रतिक्रिया व कृती
	४	– नेहमीच चुकीची व अयोग्य प्रतिक्रिया व कृती

२७) **पान–तंबाखू खाणं**

गुण	०	– कधीच नाही
	१	– कधीतरी
	२	– पान रोज, तंबाखू कधीतरी
	३	– पान–तंबाखू रोज
	४	– रात्रीही तोंडात ठेवणारे

निष्कर्ष

आता तुम्ही खूण केलेल्या उत्तरांसमोरील मार्कांची बेरीज करा.

उत्कृष्ट – १ ते १९
उत्तम – २० ते ३४
चांगले गुण – ३५ ते ५४

अभिनंदन! आत्मविकासाच्या मार्गावर पुढे चला...

***

सर्वसामान्य – ५५ ते ७४
कनिष्ठ दर्जा – ७५ ते ८९
निकृष्ट – ९० किंवा अधिक

धोका...!

जीवनपद्धतीत व वैचारिक बदल अत्यावश्यक!

जर तुमचे गुण ५५ ते ९० या गटात असतील, तर तुम्ही जीवनपद्धतीत बदल करणं व वैचारिक-भावनिक पातळीवर स्वतःला बदलणं अत्यावश्यक आहे. 'ब व क' गटातील घटकांबाबत तुम्ही स्वतःला सावरू शकता, स्वतःचा ताणतणावापासून बचाव करू शकता. हा बदल कोणत्या दिशेनं करायचा, हेही तुम्हाला प्रश्नावलीवरून कळेल, असा बदल तुम्ही का व कसा करावा, यासाठीच हे पुस्तक. तसंच रंग सुखाचे, हसत जगावं, ब्रेन प्रोग्रॅमिंग, लाईफस्टाईल ही पुस्तकं अवश्य वाचा.

चला, लागा कामाला...

शुभस्य शीघ्रम्!

■■■

डॉ. रमा मराठे
M.D., M.B.A., M.Sc., Ph.D (Psy.)

बेळगाव
विश्व इन्स्टिट्यूट ऑफ पॉझिटीव्ह सायकॉलॉजी मिलेट्री
विनायक मंदिराजवळ, डबल रोड कॉर्नर, जयनगर, बेळगाव ५९१ १०८
डॉ. रमा मराठे : भ्रमणध्वनी - ०९३४११००६५३
डॉ. रवी मराठे : भ्रमणध्वनी - ०९७३९६११६४२
Email : drmarathe1@gmail.com
Website : www.vishwainstitute.com
Youtube : Vishwa Psychology
Both Online/Offline Consultation, Counselling & Treatment and Other Psycological Services are available

डॉ. रमा मराठे या विख्यात डॉक्टर, मानसोपचार-मनोविकास तज्ज्ञ, व लेखिका आहेत. वैद्यकीय व्यवसायाबरोबरच सातत्याने लेखन, अध्यापन, संशोधन करणाऱ्या डॉ. रमा मराठे यांची तत्त्वज्ञ, साहित्यिक व कवयित्री म्हणून ओळख आहे. डॉ. मराठे १९८२पासून वैद्यकीय व्यवसाय व मानसोपचार-मनोविकास तज्ज्ञ म्हणून कार्यरत आहेत. अनेक राष्ट्रीय व आंतराष्ट्रीय परिषदांतून त्यांनी शोधनिबंध सादर केले आहेत. (रिसर्च पेपर प्रेझेंटेशन) 'विश्व इन्स्टिट्यूट ऑफ पॉझिटिव्ह सायकॉलॉजी' ही मानसिक आरोग्य, व्यक्तिमत्त्व विकास व करिअर गाइडन्स यांबाबत कार्य करणारी

अत्याधुनिक संस्था त्या संचालित करतात. या संस्थेतर्फे मुलं, विद्यार्थी, पालक, उद्योजक, इंडस्ट्रीज तसेच इतर सर्वांसाठी मराठी व इंग्रजी माध्यमांतून समुपदेशन, व्याख्याने व विविध प्रकारच्या कार्यशाळा घेतात. या संस्थेतर्फे विविध मानसोपचार चाचण्या, करिअर गाइडन्स, व व्यक्तिमत्त्व विकासासाठी वैयक्तिक मार्गदर्शन केले जाते. त्या एक अभ्यासू वक्त्या आहेत. बेळगाव, कराड, इंदूर, पुणे, सांगली, महाबळेश्वर, चिपळूण येथे झालेल्या अखिल भारतीय साहित्य संमेलनातील कथाकथन, परिसंवाद, सूत्रसंचालन व काव्य वाचनासाठी त्यांनी निमंत्रित सहभाग घेतला आहे. कथाकथन व '*फुलं आणि समिधा*' हा त्यांच्या काव्यवाचनाचा कार्यक्रम महाराष्ट्रात अनेक ठिकाणी झाला आहे. आकाशवाणी व दूरदर्शनवर त्यांच्या अनेक मुलाखती व इतर कार्यक्रम झाले आहेत. समाजहित व समाजमनाच्या विकासासाठी त्यांची पुस्तकं अत्यंत उपयुक्त ठरल्याने वाचकांचा उदंड प्रतिसाद लाभून प्रत्येक पुस्तकाच्या अनेक आवृत्या प्रसिद्ध झाल्या आहेत. तसेच अनेक पुरस्कारांनी त्या सन्मानित आहेत.

'रंग सुखाचे', 'हसत जगावं', 'स्वभावाला औषध आहे', 'असे घडवा मुलांचे व्यक्तिमत्त्व', 'तो आणि ती', 'औषधाविना आरोग्य', 'मनगंगेच्या काठावरती', 'चॅम्पियन व्हा', 'ब्रेन प्रोग्रॅमिंग', 'लाईफस्टाईल', 'डिझाइन द करिअर' ही पुस्तके तसेच '***ती दोघं***' हा कथासंग्रह '***फुलं आणि समिधा***' हा काव्यसंग्रह प्रसिद्ध आहे. *ऱ्होंदा बर्न* यांच्या '*द सिक्रेट*' या पुस्तकाचा त्यांनी मराठीत ***'रहस्य'*** हा अनुवाद केला आहे. डॉ. रे. डी. स्टॅण्ड यांच्या जगप्रसिद्ध पुस्तकाचा अनुवाद '***तुमच्या डॉक्टराचे आहारतत्त्वांविषयीचे अज्ञान तुमच्यासाठी प्राणघातक ठरू शकते.***' त्यांनी केला आहे. लुईस हे यांच्या जगप्रसिद्ध '***मिरर वर्क***' या पुस्तकाचा अनुवाद त्यांनी ***'मिरर वर्क: दर्पण तंत्र व मानस मंत्र'*** केला आहे. अमेरिकेतून प्रसिद्ध होणाऱ्या ***सावली*** व ***चैत्राली*** या वार्षिकांसाठी त्यांनी साहित्यिक योगदान दिले आहे. **लाईफस्टाईल** ह्या त्यांच्या पुस्तकाची पहिली आवृत्ती प्रकाशनाच्या दिवशीच संपली.

डॉ. रमा मराठे याच्या '***ती दोघं***' हा कथासंग्रहाला अखिल भारतीय मराठी साहित्य परिषद, पुणे यांचा मानाचा व प्रतिष्ठेचा 'उत्कृष्ट साहित्यकृती पुरस्कार' लाभला आहे. तसेच पद्मगंधा प्रतिष्ठान नागपूर, यांचा राज्यपातळीवरील कथासंग्रहाचा प्रथम पुरस्कार, वाडमय चर्चा मंडळ, बेळगांव यांचा 'उत्कृष्ट साहित्यकृती पुरस्कार', उत्तरेश्वर पुरस्कार, अंकुर वाङ्मय पुरस्कार, अकोला व इतर अनेक पुरस्कार प्राप्त आहेत.

डॉ. मराठे यांच्या '**फुलं आणि समिधा**' या काव्यसंग्रहाला बेळगावच्या वाङ्मय चर्चा मंडळाचा प्रतिष्ठित **'कवी कृ. ब. निकुंब पुरस्कार'** देऊन गौरविण्यात आले

आहे. याशिवाय **'कवी अनंत फंदी पुरस्कार'** व **'बहिणाबाई चौधरी पुरस्कारा'**ने त्या सन्मानित आहेत.

त्यांनी लिहिलेल्या **'औषधाविना आरोग्य', 'ब्रेन प्रोग्रॅमिंग'** आणि **'लाईफस्टाईल'** या पुस्तकांची केंद्र सरकारच्या 'भारतीय भाषा संस्थान' द्वारा भारतभर वितरणासाठी निवड करण्यात आली आहे.

भारतातील अनेक शहरांत मानसशास्त्रातील क्लिष्ट संकल्पना सुगमरीतीने स्पष्ट करणारी व्याख्याने व कार्यशाळा त्या घेत असतात. त्यांचे आकाशवाणी व दूरदर्शनवर अनेक कार्यक्रम व मुलाखती झाल्या आहेत. महाराष्ट्रात अनेक ठिकाणी कथाकथनाचे व स्वरचित काव्यवाचनाचे कार्यक्रम झाले आहेत.

त्यांचे पती डॉ. रवी मराठे M.B.B.S., D.C.H., C.F.N., M.Sc., Ph.D. (Psy.) हे बालरोगतज्ज्ञ व मानसोपचार-मनोविकास तज्ज्ञ आहेत. त्यांनी राष्ट्रीय व आंतरराष्ट्रीय परिषदेतून अनेक शोधनिबंध सादर केले आहेत. 'कौटुंबिक वातावरणाचा मुलांच्या व्यक्तिमत्त्व विकासावर होणारा परिणाम' याबद्दल त्यांनी सखोल संशोधन केले आहे. 'विश्व इन्स्टिट्यूट ऑफ पॉझिटिव्ह सायकॉलॉजी'चे ते सहसंचालक आहेत. तसेच मराठी, इंग्रजी व कन्नड या माध्यमांतून ते समुपदेशन, व्याख्याने व कार्यशाळा घेतात.

व्याख्याने आणि कार्यशाळा

(मराठी व इंग्रजी माध्यमातून)

रंग सुखाचे

- रंग सुखाचे
- हसत जगावं
- सुख म्हणजे नक्की काय असतं ?
- एकविसाव्या शतकातील आरोग्यमंत्र - तणावमुक्ती
- 'अर्थ'पूर्ण जगण्यासाठी...
- लाईफस्टाईल
- खरी लाईफस्टाईल रंगते मनात!
- हे जीवन सुंदर आहे
- तुम्ही माकडासारखे जगता की माणसासारखे?
- माणसानं फक्त माणूस व्हावं!

डिझाईन युवर करिअर

- डिझाईन युवर करिअर
- शोध व्यक्तिमत्त्वाचा दिशा जीवनाची अर्थात करिअर मॅनेजमेंट
- ब्रेन प्रोग्रॅमिंग । माइंड मॅनेजमेंट
- सायकॉलॉजिस्ट : फ्रेंड : फिलॉसॉफर : गाईड
- मोठी माणसं.. जनात आणि मनात

चॅम्पियन व्हा!

- चॅम्पियन व्हा !
- स्मरणशक्ती : अभ्यास: परीक्षा - तंत्र-मंत्र
- सुपरस्टार व्यक्तींच्या पालकांनी नेमकं काय केलं?

- सुजाण पालकत्व : विवेकी पालकत्व
- शाळा आईबाबांची!
- आपण आपल्या मुलांना समजून घेऊ या
- पालकांनो 'सावध' व्हा!
- आपली मुलं जबाबदारी की गुंतवणूक ?
- मुलांचा ईक्यू / एसक्यू वाढवा
- मुलांचा भावनिक बुद्ध्यांक वाढवा
- शिकवू या आनंदे (पालकातील शिक्षकांसाठी, शिक्षकातील पालकांसाठी)

मानसमंत्र – मानसतंत्र

- मानसमंत्र – मानसतंत्र
- मानसिक आरोग्य : भान आणि ज्ञान
- इमोशनल इंटेलिजन्स : सोशल इंटेलिजन्स
- शहाणपण दे गा देवा
- स्वभावाला औषध आहे
- आपण असे का वागतो?
- समुपदेशन : काळाची गरज
- ओळख आपुली आपणाशी – मानसशास्त्रीय चाचण्या
- मानसशास्त्राचे महाभारत
- महाभारतातील मानसशास्त्र
- अध्यात्म, क्वांटम फिजिक्स आणि मानसशास्त्र
- ज्योतिषशास्त्रातील मानसशास्त्र
- हिंदू धर्मातील मानसशास्त्र
- पंचतंत्रातील मानसशास्त्र

तो आणि ती

- तो आणि ती
- लाईफस्टाईल
- तो आणि ती – विवाहपूर्व समुपदेशन : काळाची गरज
- स्त्री एक मुक्त चिंतन – स्त्रीशक्ती :स्त्रीमुक्ती

सार्थक वार्धक्य

- आधुनिक वानप्रस्थाश्रम : सुखशांतीच्या वाटा
- औषधाविना आरोग्य

'अर्थ'पूर्ण जगण्यासाठी

- 'अर्थ'पूर्ण जगण्यासाठी
- पैसा झाला मोठा (आर्थिक साक्षरता)
- 'पैसा' समजून घ्या
- टाईम मॅनेजमेंट : लाईफ मॅनेजमेंट

मनःशक्ती – मनःशांती

- मनःशक्ती – मनःशांती
- रहस्य : आंतरिक शक्तींचे ! – सुपरमॅन व्हा !
- अवघाची संसार सुखाचा करीन
- शोक मनाचे श्लोक मनाचे
- शोक मनाचे श्लोक मनाचे
- दैनंदिन जीवनात श्रीभगवद्गीता
- भगवान श्रीकृष्ण – एकविसाव्या शतकातील तरुणाईचा खरा 'हिरो'
- माणसात रमणारा 'देव' माणूस – भगवान श्रीकृष्ण
  (श्रीकृष्ण वासुदेव यादव)
- महाभारत समजून घ्या – ईक्यू । एसक्यू (भावनिक बुद्ध्यांक) वाढवा.
- जीवनात 'राम' आणण्यासाठी वास्तव रामायण
- मोठी माणसं – जनात आणि मनात
- २१ व्या शतकात 'राजा शिवाजी'
- २१ व्या शतकात 'विवेकानंद'
- २१ व्या शतकात 'जिजाऊ' बना : मुलांचे व्यक्तिमत्त्व घडवा

नजराणा कवितेचा

(निवेदनासहित स्वरचित कवितांचे सादरीकरण)

कथाकथन

■■■

डॉ. रमा मराठे
यांची साहित्यसंपदा

१. **रंग सुखाचे :** १७ आवृत्त्या
Facts of happiness and peace

२. **हसत जगावं :** १५ आवृत्त्या
Stress Management

३. **स्वभावाला औषध आहे :** १२ आवृत्त्या
Treatment of Psychological Emotional disorders with Bach Flower Therapy.

४. **असे घडवा मुलांचे व्यक्तिमत्त्व :** २२ आवृत्त्या
All round development of Child's personality.

५. **तो आणि ती :** १२ आवृत्त्या
Interpersonal relationship between Men and Women, Husband and Wife.

६. **औषधाविना आरोग्य :** ९ आवृत्त्या
Health without medicine

७. **मनगंगेच्या काठावरती :** ६ आवृत्त्या
Psychology for lay people and influences of various things on mind, Mind body relationships.

८. **चॅम्पियन व्हा :** ७ आवृत्त्या
Be a champion - a book for children explaining
* Studies Health Moral Development Personality Development
* Social intelligence in simple stories and parables.

९. **ब्रेन प्रोग्रॅमिंग :** ९ आवृत्त्या
Brain programming for positive life change.

१०. **ती दोघं (कथासंग्रह)** : ५ आवृत्त्या

११. **लाईफस्टाईल** : ४ आवृत्त्या

१२. **फुलं आणि समिधा** : कवितासंग्रह (२ आवृत्त्या)

१३. **रहस्य** : अनेक आवृत्त्या
'The Secret' by Rhonda Byme या पुस्तकाचे मराठी संस्करण

१४. **तुमच्या डॉक्टरांचे आहारतत्त्वांविषयीचे अज्ञान प्राणघातक ठरू शकते.**
'What your Doctor doesn't know about Nutritional Medicine may be killing you' by Dr. Ray D. Strand (MD)'
याचा मराठी अनुवाद.

१५. **मिरर वर्क** : दर्पणतंत्र - मानसमंत्र
'Mirror work' by Louise Hey या पुस्तकाचा मराठी अनुवाद

१६. **डिझाइन द करिअर** : २ आवृत्त्या
शोध व्यक्तिमत्त्वाचा, दिशा जीवनाची

१७. **तो आणि ती** : माझे मन तुझे झाले